# இந்து தேசியம்

### தொ. பரமசிவன்

நற்றிணை பதிப்பகம்

இந்து தேசியம் * தொ. பரமசிவன் * முதல் பதிப்பு: மார்ச் 2022 * வெளியீடு: நற்றிணை பதிப்பகம் (பி) லிமிடெட் * எண். 136, தரைத்தளம், சோழன் தெரு, ஆழ்வார்திருநகர், சென்னை–600 087.

* மின்னஞ்சல் : natrinaipathippagam@gmail.com
* தொலைபேசி : 044 – 4273 2141

விற்பனை அலுவலகம்:
எண். 82, மல்லன் பொன்னப்பன் தெரு,
திருவல்லிக்கேணி, சென்னை – 600 005.
தொலைபேசி : 044 – 2848 1725

* அச்சாக்கம் : சாய் தென்றல் பிரிண்டர்ஸ், சென்னை–600 005

## உள்ளடக்கம்

| | |
|---|---:|
| முன்னுரை | 3 |
| நான் இந்துவல்ல நீங்கள்...? | 5 |
| சங்கரமடம் தெரிந்துகொள்ள வேண்டிய உண்மைகள் | 22 |
| 'இந்து' தேசியம் | 41 |
| இதுதான் பார்ப்பனியம் | 60 |
| புனா ஒப்பந்தம்: ஒரு சோகக் கதை | 101 |

## முன்னுரை

இந்த ஐந்து குறுநூல்களின் தொகுப்பு இப்பொழுது ஏன் வெளிவருகின்றது என்பதை நீங்கள் நன்றாகவே உணர்வீர்கள். மாறிவரும் சமூக, அரசியல் சூழலில் ஓர் ஒற்றைக் கலாச்சாரத்தை முன்னிறுத்துதல் என்பது இந்தியாவின் பெரும்பான்மை மக்களின் நலன்களுக்கு எதிரானது. அதற்கு வைதீகம், பாரத கலாச்சாரம், பார்ப்பனியம், வேதாந்தம், இந்துத்துவம் என்று பல பெயர்கள் வழங்கி வருகின்றன. இப்படிப் பல பெயர்களில் வழங்கி வரும் இந்தச் சிந்தாந்தத்தைத் தோலுரித்துப் பார்க்கவும், காட்டவும் நான் செய்த சிறுசிறு முயற்சிகளே இந்தக் குறுநூல்கள் ஆகும்.

கட்டி எழுப்பப் பெற்ற 'இந்து' என்னும் பிம்பம் யாருடைய நலன்களுக்குச் சேவை செய்ய? என்பதை இந்த நூல் உங்களுக்குச் சொல்லும். வேதம் என்பதைப் புனிதமாக்கி அதைப் பழமைக் குள் திணித்து விவாதத்திற்கு அப்பாற்பட்ட அதிகாரமாக்கும் முயற்சி பல காலமாக இங்கே நடைபெற்று வருகின்றது. அதனை இழை இழையாக எடுத்து அலசும் முயற்சியே இந்தக் குறுநூல்கள்.

தொ. பரமசிவன்
பாளையங்கோட்டை

# 1

## நான் இந்துவல்ல நீங்கள்...?

**'இந்து' என்ற சொல்லுக்குப் பொருள் என்ன?**

இந்து என்ற சொல், இந்தியாவிலே பிறந்த வேதங்களிலோ, உபநிஷதங்களிலோ, ஆரண்யகங்களிலோ பிராமண்யங்கள் என்று சொல்லக்கூடிய வேறு வகையான பழைய இலக்கியங்களிலோ இல்லை. இதிகாசங்களிலும் கிடையாது. இந்தச் சொல் 18ஆம் நூற்றாண்டின் நடுப்பகுதியிலே ஐரோப்பிய Orientalist அதாவது கீழ்த்திசை நாடுகளைப் பற்றி ஆராய வந்தவர்கள் பயன்படுத்திய சொல். இந்தச் சொல்லுக்கான 'மரியாதை' என்ன என்று கேட்டால், 'இது வெள்ளைக்காரர்கள் கண்டுபிடித்த சொல்' என்பதுதான். இந்திய மொழிகளில் எந்த மொழியிலும் இந்து என்ற சொல்லுக்கு வேர்ச்சொல்லே கிடையாது.

மறைந்து போன சங்கராச்சாரியார் எழுதிய 'தெய்வத்தின் குரல்' என்ற புத்தகத்தைப் படித்துப் பார்த்தால் தெரியும். அதிலே "வெள்ளைக்காரன் வந்து நமக்கு இந்து என்று பொதுப்பெயர் வைத்தானோ இல்லையோ, நாம் பிழைத்தோம்" என்று சொல் கிறார். 'இந்து' என்று வெள்ளைக்காரன் சூட்டியதாலே ஆதாயம் அடைந்தது பிராமணர்கள் மட்டும்தான். எப்படியென்றால் அந்தச் சொல்லுக்கான அதிகார அங்கீகாரத்தை காலனி ஆட்சிக் காலத்திலேயே பிராமணர்கள் பெற்றுக்கொண்டார்கள். 1799இல் உள்நாட்டு நீதிநெறிகளைத் தொகுக்க வேண்டிய ஒரு கட்டாயம் வந்தபொழுது கல்கத்தாவில் இருந்த சர். வில்லியம் ஜோன்ஸ் (இந்தப் பெயரை இன்னும் ஆர்.எஸ்.எஸ். காரர்கள் கொண்டாடு வார்கள்) உள்நாட்டு நீதி நெறிகளைத் தொகுத்து அதற்கு Hindu Law என்று பெயரிட்டார். அப்பொழுதுதான் Hindu என்ற சொல் முதன்முதலாக அரசியல் அங்கீகாரம் பெறுகிறது. இந்தச் சொல் வெள்ளைக்காரன் கண்டுபிடித்த சொல். இந்த நாட்டிலே

எந்த மொழியிலும் இல்லாத சொல். திராவிட மொழியிலும் கிடையாது. ஆரிய மொழிகளிலும் கிடையாது. இந்து என்ற சொல் நமக்கானது இல்லையென்றால் இதற்கான பழைய சொல் என்னவாக இருக்கும்?

நம்முடைய நாட்டிலே இந்து என்ற சொல் சிந்து நதிக்கு இந்தப்புறம் வாழுகிற மக்களைக் குறிப்பதற்கு வெள்ளைக்காரர்களால் பயன்படுத்தப்பட்ட சொல். நம்முடைய நாட்டிலே என்ன வகையான பழைய இனப்பாகுபாடு எனக்கேட்டால், 'ஆரிய' என்ற ஒரு சொல் இருக்கிறது.

'திராவிட' என்று ஒரு சொல் இருக்கிறது. இந்தச் சொற்கள் இரண்டு மொழிக் குடும்பங்களைச் சார்ந்த மக்களைக் குறிக்கின்றவை ஆகும். இந்த இரண்டும் தனித்தனியே தம்மிலே வேறுபட்டவை. ஆரிய மொழிகளைப் பேசுகிறவர்களுக்கென்று ஒரு கலாச்சாரம் இருக்கிறது. திராவிட மொழிக்குடும்பத்தைச் சேர்ந்த மொழிகளைப் பேசுகிற மக்களுக்கென்று ஒரு கலாச்சாரம் உண்டு. இந்த இரண்டு சொற்களுக்குத்தான் மிகப் பழைய அங்கீகாரம் உண்டு. நம்முடைய சங்க இலக்கியத்திலேயே 'ஆரியம்' என்ற சொல் வந்திருக்கிறது. வடநாட்டுக்காரர்கள் என்ற பொருளில், "ஆரியர் துவன்றிய பேரிசை இமயம்" என்று வந்திருக்கிறது. திராவிடம் என்ற சொல்லை 13ஆம் நூற்றாண்டில் இருந்து முதலிலே வடமொழி நூல்களிலேதான் தென்னகத்து மக்களைக் குறித்து வழங்கியிருக்கிறார்கள். அந்தச் சொல் தமிழ்நாட்டில் உருவான சொல்லாகத் தெரியவில்லை. ஆனால் திராவிட மொழி பேசுகிற தென்னாட்டு மக்களைக் குறிக்கக் கூடியதாகவும் தமிழ் மொழியைக் குறிக்கக் கூடியதாகவும் இந்தச் சொல் பலமுறை பயன்படுத்தப்பட்டு வந்திருக்கின்றது.

13ஆம் நூற்றாண்டைச் சேர்ந்த வைணவ உரையாசிரியர்களைக் கேட்டால் 'திராவிட உபநிஷத்' என்றுதான் நம்மாழ்வாரின் திருவாய்மொழியைச் சொல்வார்கள். 'வேதம் பஹீவிதம். இதில் ஆரியம், திராவிடம் என்கிற பிரிவு ருகாதி பேதம் போலே' என்பார் 13ஆம் நூற்றாண்டிலே ஒரு வைணவ உரையாசிரியர். ரிக், யஜுர், சாமம் போலேதான் ஆரியம், திராவிடம் என்ற பிரிவு என்பது இதன் பொருளாகும். திராவிட இயக்கம் பிறப்பதற்கு முன்வரை தென்னிந்திய பிராமணர்கள் 'பஞ்ச திராவிட பிராமணர்கள்' என்றுதான் தங்களை அழைத்துக் கொண்டனர்.

இரவீந்திரநாத் தாகூர், 'பஞ்சாப சிந்து குஜராத மராட்ட திராவிட', என்று பாடும்போது நான்கு தென் மாநிலங்களைச் சேர்ந்த நிலப்பரப்பை 'திராவிட' என்ற சொல்லாலே குறிக்கிறார்.

எனவே ஆரியம், திராவிடம் என்ற சொல்லுக்கு ஒரு வரலாறு உண்டு. இந்து என்ற சொல்லுக்கு அப்படியொரு வரலாறு கிடையாது.

## இந்துக்கள் என்ற சொல் யாரையெல்லாம் குறிக்கும்?

'இந்து' என்ற சொல் இந்திய அரசியல் சட்ட அங்கீகாரத் தைப் பெற்ற சொல்தான். அது ஒரு 'சமயச் சார்புடைய' (religious utterance) சொல் அல்ல. இந்திய அரசியல் சட்டத்தில் குறிக்கப் படக் கூடிய 'இந்து' என்ற சொல்லுக்கு நேரிடையாக வரைவிலக் கணம் (Positive definition) கிடையாது. 'கிறித்துவரல்லாத, இசுலாமி யரல்லாத, பார்சி அல்லாத மக்கள் எல்லாம் இந்துக்கள்' என்று எதிர்மறையான வரைவிலக்கணம்தான் உண்டு.

ஒரு மதம் என்றால் மூன்று செய்திகள் அடிப்படையாக அமைய வேண்டும். ஒரு முழு முதற்கடவுள், ஆகமங்கள், குறிப்பிட்ட வழிபாட்டு நெறிகள் ஆகியன அவை. இந்து மதத்திற்கு அல்லது அப்படி அடையாளம் காட்டப்படும் மதத்திற்கு இவை ஏதும் இல்லை.

## இந்துக்கள் ஏன் சீக்கியர்களைச் சேர்த்துக் கொள்கிறார்கள்?

சீக்கியர்களை இந்துக்கள் என்ற கணக்கிலேதான் இந்திய அரசியல் சட்டம் சேர்த்திருந்தது. மிக அண்மைக் காலமாக அவர்கள் தாங்கள் 'இந்துக்கள் இல்லை' என்று சொல்லி வருகின் றார்கள்.

## தமிழ்நாட்டில் சைவர்கள், வைணவர்கள் என்று இரண்டு சொற்கள் பயன்படுத்தப்படுகிறதே? அதற்குப் பொருள்தான் என்ன?

'இந்து மதம்' என்ற சொல் உருவாக்கியுள்ள குழப்பங்கள் பற்றிக் கேட்கிறீர்கள் என்று நினைக்கின்றேன். 'இந்து மதம்' என்ற சொல்லாடலுக்குள்ளே சைவர்கள், வைணவர்கள், ஸ்மார்த் தர்கள், இந்த மூன்றும் அல்லாத நூற்றுக்கணக்கான வழிபாட்டு முறைகளை உடையவர்கள் என்று பலமக்கள் திரள்கள் உள்ளன. வேதத்தை மட்டுமே நம்புகின்ற கடவுளை மதிக்காத ஸ்மார்த்தப் பிராமணர்கள் ஒருவகை. சைவர்கள் என்பவர்கள் சிவனை முழுமுதல் பொருளாகவும் கடவுளாகவும் ஏற்றுக் கொள்கிற வர்கள். சிவன் கோயிலிலே கருவறைக்குள்ளாக நுழைபவர்கள் பிராமணர்கள் அல்லர். சிவப்பிராமணர்கள், அவர்கள் ஒரு தனிப்பிரிவினர், தங்களுக்குள்ளே மட்டும் திருமணம் செய்து கொள்ளும் பிரிவினர். (Endogamous group) அதுபோலவே விஷ்ணுவை முழு முதற்பொருள் – உலகைப் படைத்த

கடவுள்—என்று சொல்லக் கூடியவர்கள் வைணவர்கள். வைணவக் கோயில் கருவறையில் நுழைந்து அருச்சனை செய்கிறவர்கள் வைணவப் பிராமணர்கள், அவர்களிலும் வைகானசம், பாஞ் சராத்திரம் என்ற இரண்டு ஆகமநெறிகளைப் பின்பற்றுபவர்கள் உண்டு. தங்களுக்குள் மட்டும்தான் அவர்கள் திருமண உறவு வைத்துக்கொள்வர். அவர்கள் தனிப்பிரிவினர். இவ்விரண்டும் அல்லாத 'ஐயர்' என்ற பெயரோடு வேதங்களை மட்டும் நம்பும் பிரிவினர் உண்டு. 'ஸ்மிருதி' என்பது வேதத்தின் இன்னொரு பெயர். 'சொல்லப்படுவது' என்பது அதன்பொருள். எழுதப்படாமல் சொல்லவும், கேட்கவும் படுவதனால் வேதத்திற்கு அந்தப் பெயர் வந்தது. பார்ப்பனரல்லாதவர்களின் கண்ணுக்கும் காதுக்கும் தெரிய விடாமல் மறைத்துக் கொள்வதால் வடமொழி வேதத்துக்கு 'மறை' என்ற பெயர் வந்தது. எனவேதான் அதைப் பார்ப்பனர்கள் மனப்பாடம் செய்து வைத்துக்கொள்வார்கள். இந்த ஸ்மிருதியை மட்டும் கடவுளைப் போல வணங்குகிறார்கள் ஸ்மார்த்தர்கள். இவர்கள் ஆதிசங்கரருக்குப் பிறகு பெரும்பாலும் அத்வைத மரபு சார்ந்தவர்கள். இவர்களுக்கு பரமார்த்திகத்திலே அதாவது உயர்ந்த தத்துவ நிலையிலே கடவுள் என்று ஒருவர் கிடையாது. எனவே, இது ஒரு மறைமுக நாத்திகம். இவர்கள் எல்லாம் கோயிலிலே வேதத்தை மாத்திரம்தான் சொல்வார்கள். வேதங்களைக் கருவறைக்குள் சொல்லக்கூடாது. கருவறைக்குள்ளே சொல்லப்படுவதெல்லாம் வடமொழியிலமைந்த அருச்சனைகள். கோயிலில் இடைகழி மண்டபம் தாண்டி அடுத்தாற்போலுள்ள மண்டபத்திலிருந்து வேதம் சொல்ல வேண்டும். வேதப் பார்ப் பனர் வேறு கோயில் பார்ப்பனர் வேறு என்பதைப் புரிந்து கொள்ள வேண்டும். கோயிற் பார்ப்பனர்களில் சைவர், வைணவர் உண்டு. பல்வேறு சாதிகளைச் சார்ந்த வைணவர்கள் உண்டு. இந்த நெறிகளுக்குள் வராமல் மாடனை, காடனை, அம்மனை வணங்கும் மக்கள்தான் பெரும்பான்மையானவர்கள். சைவர்களும், வைணவர்களும் கோயில் வழிபாட்டுக்காரர்கள். ஸ்மார்த்தர்கள் கோயில் வழிபாட்டுக்காரர்கள் அல்ல. கோயிலுக்குள்ளே வேதம் சொல்பவர்கள் என்பது தவிர கோயில் வழிபாட்டுக்காரர்கள் அல்ல. இப்பொழுது எல்லாக் கோயில் குடமுழுக்குகளிலும் சங்கராச்சாரியார்தான் முன்னேவந்து நிற்கிறார். இது ஆகமங் களைக் கேலி செய்வது போல் இருக்கிறது. இதனை எதிர்த்துதான் திருநெல்வேலிச் சைவர்கள் நீதிமன்றத்துக்குப் போயிருக்கிறார்கள்.

*சங்கராச்சாரியார் கோயிலுக்குப் போகிறாரே?*

சங்கராச்சாரியார் கோயிலுக்குப் போவது என்பது ஒரு "ஸ்மார்த்தர்" என்ற முறையினாலேதானே தவிர ஒரு முதல்

பொருளை-உலகைப் படைத்த கடவுளை-தனியான பரம் பொருளை - நம்புகிறவர் என்ற முறையினால் அல்ல. தனியான பரம்பொருள் என்பது ஸ்மார்த்தர்களைப் பொறுத்தமட்டில், சங்கராச்சாரியாரைப் பொறுத்தமட்டிலே கிடையாது. தானே கடவுளாக, கடவுளே தானாக இருப்பதாக அவர்களுடைய சிந்தாந்தம். "அகம் பிரம்மாஸ்மி" "தத்வம் அஸி" என்று சொல்வதெல்லாம் அதுதான். ஆனால் மத ஆச்சாரப்படி கோயிலுக்குப் போய் தங்களையும் ஆத்திகர்கள் என்று காட்டிக்கொள்வார்கள். இன்னொரு வேடிக்கை தெரியுமா? சங்கராச்சாரியார் திருநீறு பூசுவார். ஆனால் சைவ மடாதிபதிகளைப் போலவோ, கோயில் அருச்சகரைப் போலவோ, திருநீற்றை எடுத்து அடுத்தவர்களுக்குக் கொடுக்க மாட்டார். அவர் கையெழுத்துப் போடுவது "நாராயண ஸ்மிருதி" என்றுதான். ஆனால் பெருமாள் கோயிலுக்குச் சாதாரணமாகப் போவது கிடையாது. இப்பொழுது வேறு நோக்கத்திற்காகப் போகிறார். இந்த அளவிலேதான் கோயில்களுக்கு அவரோடு சம்பந்தம். கோயில்கள் ஆகம விதிப்படி நடப்பன. சங்கராச்சாரியார்களுக்கு ஸ்மிருதிதான் உண்டு. ஆகமங்களும், கோயில் வழிபாடும் சங்கராச்சாரியாரைப் பொறுத்தமட்டிலே ஆன்மீக ரீதியாக மரியாதைக்குரிய விஷயமல்ல. அவருக்கும் ஒரு அருச்சகரைப்போல சிவபூசை செய்யவோ வைணவ ஆராதனை செய்யவோ சடங்கியல் தகுதி கிடையாது. ஸ்மிருதியைச் சொல்வதுதான் அவர்களுக்குக் கடவுள் மாதிரி.

*காமாட்சியம்மன் கோயில் சங்கராச்சாரியார் கட்டுப்பாட்டில்தானே இருக்கிறது?*

*உங்கள் கேள்வி நன்றாக இருக்கிறது. காஞ்சி சங்கராச்சாரியார் காஞ்சி காமாட்சியம்மன் கோயிலில் பூசை செய்யவில்லை. அந்தக் கோயில் அவரின் கட்டுப்பாட்டில் இருக்கிறது. அவ்வளவுதான். காமாட்சியம்மன் கோயிலைப் பொறுத்தமட்டில் கோயில் ஆராய்ச்சியாளர்கள் கருத்தெல்லாம் வேறு. ஒரு காலத்தில் அது பௌத்த மதக் கோயிலாக இருந்திருக்க வேண்டும். கி.பி. 1839இல் ஒரு வழக்கிலே தீர்ப்பு அளிக்கப்பட்டதன் அடிப்படையிலேதான் இந்த சங்கராச்சாரியார் கையிலே வந்ததே தவிர 1939க்கு முன்னால் காமாட்சியம்மன் கோயிலுக்கும் சங்கர மடத்துக்கும் எந்தச் சம்பந்தமும் கிடையாது.*

*காமகோடி பீடம் என்பது உண்மையில்லையா?*

*காஞ்சி காமகோடி பீடம் என்று அவர்கள் சொல்கிறார்கள். சங்கராச்சாரியார் உருவாக்கிய கிழக்கு மடம், பூர்வ ஆம்னாய மடம் இதுதான் என்பது அவர்கள் சொல்லிக் கொண்டிருப்பது.*

ஆனால், “காஞ்சி காமகோடி பீடம் ஒரு கட்டுக்கதை” என்று வாரணாசி ராஜகோபால சர்மா என்று ஒருவர் ஒரு புத்தகம் எழுதியிருக்கிறார். சங்கராச்சாரியாருடைய வரலாறு பற்றி குடுமி யான்மலை சங்கரன் என்பவரால் எழுதப்பட்ட இன்னொரு புத்தகம் வந்துள்ளது. “தாட்சிணாம்னாய பீடம் சிருங்கேரியா, காஞ்சியா?” என்று இன்னொரு புத்தகம் வந்துள்ளது. இந்த மூன்று புத்தகங்களையும் எழுதியவர்கள் பிராமணர்கள். சிருங்கேரி மடம்தான் இவர்களுடைய மூலமடம். சிருங்கேரி மடத்தின் கிளையொன்று கும்பகோணத்திலே இருந்தது. அந்த மடத்தை இவர்கள் நிருவகித்து வந்தார்கள்.

17ஆம் நூற்றாண்டின் நடுப்பகுதியில் அரசியல் அமைதியின்மை காரணமாக, இவர்கள் கும்பகோணத்திலிருந்து காஞ்சிக்கு வருகிறார்கள். அதாவது சிருங்கேரி மடத்தின் கிளை மடம் காஞ்சி புரத்திற்கு வருகிறது. பின்னாளிலே இவர்கள் காமாட்சியம்மன் கோயிலைக் கையகப்படுத்திக் கொள்கிறார்கள். காமக்கோட்டம் என்பது காமாட்சியம்மன் கோயிலின் பெயர். சங்கராச்சாரியார் குறித்த பழைய சமஸ்கிருத நூல்களிலே காமக்கோட்டத்தைப் பற்றிக் குறிப்புகள் கிடையாது, காமக்கோட்டம் கோயிலைக் கைப்பற்றிக் கொண்டதினாலே தங்கள் மடத்தை இவர்கள் “காம கோடி பீடம்” என்று சொல்கிறார்கள். “காமகோடி மடம்” என்று தான் சொல்லியிருக்க வேண்டும். ஆனால், “காமகோடி பீடம்” என்று சொல்கிறார்கள். மேலே சொன்ன மூன்று புத்தகங்களையும் பார்த்தாலே காஞ்சிமடம் ஆதிசங்கராச்சாரியாரால் தோற்று விக்கப்பட்ட மடம் அல்ல என்பது தெரியும். அது மட்டுமல்ல. இப்பொழுதுள்ள சங்கராச்சாரியாரைத் தவிர கிளை மடத்தின் மடாதிபதிகள் எல்லாருமே ஒன்று தெலுங்கு அல்லது கன்னடம் பேசுகிறவர்களாகத்தான் இருப்பார்கள்.

ஏனென்றால் சிருங்கேரி மடம், இவ்விரண்டு மொழி பேசு கிறவர்களைத்தான் மடாதிபதிகளாக ஏற்றுக் கொள்ளும். ஆதிசங் கரர் பிறந்த காலடியில் போய்க் கேட்டுப் பாருங்கள். இந்த மடத்தை ஆதிசங்கரர் நிறுவியதாக ஏற்றுக்கொள்ள மாட்டார்கள். அதுபோல பூரி சங்கராச்சாரியாரைக் கேட்டால் காஞ்சி மடத்தை ஆதிசங்கரர் நிறுவினார் என்பதை ஒத்துக்கொள்ளமாட்டார். 19ஆம் நுற்றாண்டு ஆவணங்களில்கூட காஞ்சி மடாதிபதியை “சிக்க உடையார்” (சின்ன சாமிகள்) என்றுதான் குறித்திருக் கிறார்கள். பெரிய சாமிகள் (தொட்ட உடையார்) என்பவர் சிருங்கேரி சங்கரமடத்தின் தலைவர்தான். இந்த மடத்தின் தோற்றமே ரொம்பச் சிக்கலுக்குள்ளான ஒரு விஷயம்.

ஆகம வழிபாடு என்றால் என்ன?

எடுத்துக்காட்டாக காரணாகமம், காமிகாகமம் என்று சிவன் கோயிலில் பூஜை செய்கின்ற, வழி நடத்துகின்ற முறைகளின் தொகுப்புக்கு ஆகமம் என்று பெயர். ஒரு காலத்திலே ஆகமங்கள் நிறைய இருந்திருக்கின்றன. தமிழிலும் ஆகமங்கள் இருந்திருக் கின்றன. சைவ நெறியும், வைணவ நெறியும் ஆகம நெறிகள். சைவத்தைப்போலவே வைணவத்திலும் 108 ஆகமங்கள் இருந்த தாகச் சொல்வார்கள். பாஞ்சராத்திர ஆகமம் பற்றி திருப்பதி தேவஸ்தானமே புத்தகம் வெளியிட்டு இருக்கிறது. ஆகமம் என்பது கோயிலை, பூசைகளை நெறிப்படுத்தும் முறை. இதற்கும் வேதத்திற்கும் சம்பந்தம் கிடையாது. ஏனென்றால் வேதப் பாடல்கள் பிறந்த காலத்தில் கோயில் என்ற நிறுவனமே கிடையாது. இந்திரன், வருணன், அக்கினி, மருத் (காற்று) போன்ற (இப்போது செத்துப்போன) தெய்வங்களுக்குத் தற்காலிகமான வேள்விச் சாலைகளை உருவாக்குவார்கள். அவ்வளவுதான். கோயிலோடு சம்பந்தமில்லாத சங்கராச்சாரியார் ஆகமத்தை மதிக்க மாட்டார். ஆகம வழிப்பட்டவர்கள், சங்கராச்சாரியாரை ஏற்றுக்கொள்ள மாட்டார்கள். ஆகம விதிப்படிதான் கோயில் கள் இன்றளவும் நடந்து வருகிறதே தவிர, "இந்து நெறி" "இந்து மதம்" என்ற ஒன்றின்படி கோயில்கள் நடக்கவில்லை. இந்து என்ற சொல்லுக்கு அரசியல் சட்ட அங்கீகாரம் இருக்கிறதே தவிர நான் முதலிலேயே சொன்னது போல சைவ, வைணவ கோயில்களுக்கு உள்ளாக "இந்து" என்ற சொல்லுக்குச் சமய ரீதியான அங்கீகாரம் கிடையாது என்பதே உண்மை. அதனால் தான் சங்கராச்சாரியார் சாமியைத் தொட்டு பூசை செய்யக் கூடாது. மூலஸ்தானத்திற்குள் நுழையக் கூடாது என்று திருநெல் வேலியிலே 1960களிலும் 80களிலும் சைவர்கள் கிளர்ச்சி பண்ணினார்கள்.

காஞ்சிமடம் "இந்து" என்ற பெயரில் எல்லாவற்றையும் தன்னுடைய கட்டுக்குள் கொண்டுவர வேண்டும் என்பதற்காகத் திருப்பாவை, திருவெம்பாவை மாநாடுகளை நடத்தத் தொடங் கியது. உண்மையிலேயே அவர்கள் பூசை செய்கின்ற நேரத்தில் தமிழிலே பேசக்கூடாது என்ற கொள்கை உடையவர்கள். அவர்கள் பூசையிலே திருப்பாவை பாடுவார்களா? திருவெம்பாவை பாடுவார்களா? இரண்டையும் பாடமாட்டார்கள். ஏனென்றால் தமிழ்மொழி அவர்களுக்குத் தீட்டான மொழி. இந்தத் திருப்பாவை, திருவெம்பாவை மாநாடு என்பது சைவர்களையும், வைணவர் களையும் ஏமாற்றுவதற்காகச் செய்த ஏற்பாடு. முதலிலே சைவர்கள் ஏமாந்தார்கள். வைணவர்கள் ஏமாறுவதற்குத் தயாராகயில்லை.

குறிப்பாக காஞ்சியிலே இருந்த 5 ஆண்டுகளுக்கு முன்னர் காலமான 96 வயது வைணவ அறிஞர் பிரதிவாதி பயங்கரம் அண்ணங்கராசாரியார் என்பவர் இவர்கள் நடத்திய திருப்பாவை, திருவெம்பாவை மாநாட்டிற்குக் கடைசிவரை வரமாட்டார். "திருப்பாவை பேசுவதற்கு ஆன்மீகத் தகுதி உங்களுக்குக் கிடையாது. நீங்கள் திருப்பாவை பேசுகின்ற மாநாட்டிற்கு நான் வரமாட்டேன்" என்று கடைசிவரை மறுத்துவிட்டார். இன்னமும் வைணவ நூல்களை ஏராளமாக வெளியிடுகின்ற (திருச்சி) புத்தூர் கிருஷ்ணசாமி ஐயங்காரிடம் ("ஸ்ரீ சுதர்சனம் பத்திரிகையின் ஆசிரியர்") போய்க் கேட்டுப் பாருங்கள். ஸ்மார்த்தர்கள் திருப்பாவை மாநாடு நடத்தலாமா? நடத்தினால் நீங்கள் வருவீர்களா? என்றால் வரமாட்டார். இவர்களாகச் செய்து கொள்கின்ற ஏற்பாடு இது. இப்போது அதனையும் கைவிட்டு விட்டு "இந்து" என்பதை மட்டும் கையில் எடுத்திருக்கிறார்கள். இவர்களது நோக்கம் எல்லாம் ஏதேனும் ஒரு போர்வையில் அரசியல் அதிகாரத்தை மறைமுகமாகத் தங்கள் வசம் வைத்திருப்பதுதான்.

**கோயில் கருவறையிலே வடமொழி வேதம் பாடுவதில்லையா?**

கருவறையிலே வடமொழியிலே அருச்சனை நடைபெறுகிறதே தவிர வேதம் கருவறையிலே இல்லை. கருவறை தாண்டி, இடைகழி மண்டபம் தாண்டி அடுத்த பகுதியிலே வேதம் ஓதப்படுகிறது. நான் திரும்பத் திரும்பச் சொல்லுகிறேன். வேதத்தை ஓதுபவர்கள் ஸ்மார்த்தர்கள். வடமொழி வேதத்தை மட்டும் கடவுள் போலக் கொண்டாடுபவர்கள். அதுவல்லாமல் வைணவக் கோயில்களிலே கருவறைக்குள்ளாகவே தமிழ் பாடப்படுகின்றது. இன்றளவும் திருப்பதி கோயிலிலே நாள்தோறும் திருப்பாவை சேவிக்கப்படுகிறது. சைவர்கள் சிதம்பரம் நடராசர் கோயில் கருவறையில் தேவாரமும் திருவாசகமும் பாடுவதற்காகப் போராடி வருகின்றார்கள்.

**"முன்னோர்கள் செய்தது போல்" என்ற வார்த்தையை அடிக்கடி பயன்படுத்திக் கொண்டிருக்கிறார்களே, அதன் பொருள் என்ன?**

"முன்னோர்கள் போல", "நமது முன்னோர்கள் செய்தது போல" "மரபுப்படி" என்று சொல்லுவதற்கு "சனாதனம்" என்று அர்த்தம். இந்த வார்த்தையை முன்பு அடிக்கடி சொல்லுவார்கள். இப்போது சொல்லுவதில்லை, சனாதன தர்மப்படி கோயில் நுழைவுச்சட்டம் கொண்டு வந்தபோது முன்னோர்கள் சொன்னதெல்லாம் என்னவாயிற்று. கோயில்களில் தேவதாசி முறையினை ஒழிக்க முத்துலெட்சுமி ரெட்டி போராடியபோது காங்கிரஸ்

தலைவரான பார்ப்பனர் சத்தியமூர்த்தி அதனை எதிர்த்தார். எதிர்க்க முடியவில்லை. அந்தச் சட்டத்தை 15 ஆண்டுகளுக்கு மேலாகக் கிடப்பிலே போட்டு இறுதியில் 1949இல் நடைமுறைப்படுத்தினர். முன்னோர்கள் செய்த கொடுமை யினைப் பின்னோர்கள் தூக்கித் தூர எறிந்தனர். "முன்னோர் செய்தது முன்னோர்கள் செய்தது" என்று இவர்கள் சொல்லுவ தெல்லாம் பிறப்பு காரணமான சாதி வேற்றுமையைக் கோயிலுக் குள்ளே மறுபடியும் நிலை நிறுத்துவது என்பதே. இவர்கள் சொல்லுவதுபடி பார்த்தால் தாழ்த்தப்பட்ட ஒருவரை அர்ச்சக ராக ஏற்றுக்கொள்ள இவர்கள் தயாராக இல்லை. இவர்களின் முன்னோர்கள் என்ன செய்தார்கள். பிறவி ரீதியாக மக்களை மேல்கீழாக அடுக்கி வைத்தார்கள். உயர்ந்தோர் தாழ்ந்தோர் எனப் பிரித்து வைத்தார்கள். இதுதான் "முன்னோர்கள் செய்தது போல" என்பதின் இரகசியம்.

அப்படியானால் கோயில் கருவறைக்குள் தமிழ்ப் பாட்டு செல்லுபடி யாகாதா?

ஏன் செல்லுபடியாகாது? ஆழ்வார்களின் பாசுரங்கள் இல்லையென்றால் திருவரங்கம் பெருமாள் கோயில் எங்கே போகும்? தேவாரம் செல்லுபடியாகவில்லையென்றால் சிதம்பரம் கோயில் எங்கே போகும்? மாணிக்கவாசகர் சொல்ல கடவுளே திருவாசகத்தை எழுதித் தமக்கென ஒரு பிரதியை வைத்துக் கொண்டார் என்பது சைவர்களின் நம்பிக்கை. வைணவர்களின் நம்பிக்கை என்னவென்றால் "திருவரங்கத்துப் பெருமாள் தெற்கு நோக்கிப் படுத்திருப்பதே", வடக்கே ஆரியர்களின் முரட்டு சமஸ்கிருதம் வழங்குகிறது. தெற்கே ஆழ்வார்களின் ஈரத் தமிழ் நடமாடுகிறது. அதுதான் காரணம் என்பதாகும். இதை உரை நூல்களில் வைணவர்கள் எழுதியே வைத்திருக்கிறார்கள்.

அருச்சனை என்ற சொல்லே வட சொல்தானே?

வட சொல்தான். தமிழிலே அதனைப் போற்றிப்பாடல் என்று சொல்ல வேண்டும். அல்லது தொல்காப்பியர் சொல்வது போல் "பரவுதல்" என்பதுதான் அருச்சனை. இந்தப் "பரவுதல்" என்ற சொல்லையும் காலி செய்துவிட்டார்கள். போற்றி என்ற சொல் இன்னமும் திருவாசகத்தில் "ஈசனடி போற்றி எந்தையடி போற்றி" என்று இருக்கிறது. திருவாசகத்தின் போற்றிப் பாடல்கள் அருச்சனையன்றி வேறு என்ன? "அருச்சனை பாட்டேயாகும்" என்றுதானே சேக்கிழார் சொல்லுகிறார். திருவாசகம் பாட்டுத் தானே, தேவாரம் பாட்டுத்தானே, ஆழ்வார் பாசுரங்கள் எல்லாம்

பாடல்கள்தானே. இவற்றையெல்லாம் விட்டுவிட்டுப் போனால் உங்களின் தெய்வம் வேற்றுமொழிக்காரர்கள் தெய்வம் என்று தானே பொருளாகின்றது.

**இவை தவிர தமிழில் அருச்சனைப் பாடல்கள் ஏதேனும் உண்டா?**

தமிழில் அருச்சனைப் பாடல்கள் ஏராளம் இருக்கிறதே. சிலப்பதிகாரத்தின் வேட்டுவவரி முழுக்க அருச்சனைப் பாடல்கள். சக்தி, விஷ்ணுதுர்க்கை என்று இவர்கள் கொண்டாடு கிறார்களே இந்தக் கடவுளர்களின் போற்றிப் பாடல்களை வேட்டுவ வரியில் நிறையப் பார்க்கிறோம். ஏன், ஆதிசங்கரர் வடமொழியில் லலிதா சகஸ்ரநாமம் எழுதுவதற்கு சிலப்பதி காரத்தின் வேட்டுவ வரிதானே தூண்டுகோலாக இருந்திருக்க வேண்டும். அவர் காலத்தில் கி.பி. எட்டாம் நூற்றாண்டில் மலையாள மொழி பிறக்கவேயில்லை. அவர் சிலப்பதிகாரத்தின் வேட்டுவ வரியைக் கட்டாயம் படித்திருக்க வேண்டும்.

சிலம்பும் கழலும் புலம்பும் சீறடி
வலம்படு கொற்றத்து வாய்வாள் கொற்றவை
இரண்டுவே(று) உருவில் திரண்டதோள் அவுணன்
தலைமிசை நின்ற தையல் பலர்தொழும்
அமரி குமரி கவுரி சமரி
சூலி நீலி மால்அவற்(கு) இளங்கிளை
ஐயை செய்யவள் வெய்யவாள் தடக்கைப்
பாய்கலைப் பாவை பைந்தொடிப் பாவை
ஆய்கலைப் பாவை அருங்கலப் பாவை

பெருங்கோயில்களில் மட்டுமல்ல, சூலமும் வாளும் ஏந்தியுள்ள எல்லா அம்மன் கோயில்களிலும் பாடக்கூடிய அருச்சனைப் பாட்டு இது. அதற்காகவே இளங்கோவடிகள் இதனைப் பாடியிருக்கிறார்.

**சைவ, வைணவ மதங்கள் தலித்துகளை எப்படிப் பார்த்தன?**

சைவ, வைணவர்கள் பக்தி இயக்க எழுச்சிக் காலத்தில் சமண, பௌத்த மதங்களைச் சாய்ப்பதற்காக “ஒரு வகையான சனநாயகத் தன்மையினை” தற்காலிகமாகக் கொண்டிருந்தனர். முதலிலே சைவர்களும், வைணவர்களும் தலித்துகளை எப்படிப் பார்த்தார்கள் என்பதில் வேறுபாடுகள் உண்டு. சைவத்திலே நந்தனார் சோதியாகத்தான் சிதம்பரம் கோயிலுக்குள்ளே போக முடிந்தது. வைணவத்திலே திருப்பாணாழ்வாரைத் தோளிலே தூக்கிக் கொண்டு ஒருவர் திருவரங்கம் கோயிலுக்குள்ளே

செல்கிறார். இந்த வித்தியாசம் இருக்கிறதே இது என்னவென்று கேட்டால் "நீ சைவனா பிராமணனா" என சிவப்பிராமணரிடம் கேட்டால் அவர் திண்டாடிப் போவார். ஆனால் தத்துவார்த்த ரீதியாக வைணவனா? பிராமணனா என ஒரு வைணவரிடம் கேட்டால் ஒரு உண்மையான வைணவர் "நான் பிராமணனல்ல வைணவர்" எனத் தைரியமாகச் சொல்லுவார். அண்மையிலே வந்த குமுதம் ரிப்போர்ட்டர் இதழிலே "வருணாசிரமத்தைக் கடைப்பிடிக்கிறவர்" என்று சங்கராச்சாரியைத் தாக்குகிறார் இராமானுஜ தாத்தாச்சாரியார். "வருணதர்மிகள் தாசவிருத் திகள் என்று துறை வேறு இடுவித்தது" என்ற ஆசாரிய ஹிருதயம் (மாறன் மனம் என்று பொருள்படும் 13ஆம் நூற்றாண்டு வைண வத் தத்துவ நூல்) நூற்பாவை வைத்துக்கொண்டுதான் தாத்தாச் சாரியார் தாக்குகிறார். "வருணாசிரம தருமத்தை மேற்கொள்ளும் ஸ்மார்த்தப் பார்ப்பனர்கள் குளிக்கும் துறையிலே கூட வைணவர் கள் குளிக்கமாட்டார்கள்" என்பதுதான் இதன் பொருள். ஒடுக்கப் பட்டவரின் கோயில் நுழைவு இராமானுசரால் முதன் முதலில் மைசூரிலுள்ள மேல் கோட்டையிலே நடத்தப்பட்டது. அது தொடர்ந்து வரமுடியவில்லை என்பது வேறு விஷயம். ஆனால் ஒரு நல்ல வைணவன் பிராமணனாக இருக்க முடியாது என்கிறார் தொண்டரடிப்பொடியாழ்வார். "நான் பிராமணன் இல்லை. நான் என் பிராமணத் தன்மையினைக் கைவிட்டு விட்டேன்" என்று ஏழாம் நூற்றாண்டிலேயே அவர் கூறுகின்றார். வைணவத்திற்குள்ளே சாதிக்கு எதிராகவும், வடமொழி ஆதிக்கத் திற்கு எதிராகவும் ஒரு கலகக் குரல் தொடர்ந்து வருகின்றது. அது பலவீனமாக இருந்திருக்கிறது. இப்போது வைணவப் பார்ப்பனர்களிலே சிலபேர் வைணவர் என்பதை விட்டுவிட்டுப் பார்ப்பனர் என்ற உணர்வோடு இந்து என்ற கருத்தாக்கத்திற் குள்ளே புகுந்து கொண்டிருக்கிறார்கள். ஆனால் இன்று தலித்து களைப் பொறுத்தவரையில் இராமானுசர் பார்வையும், வைணவத் தத்துவப் பார்வையும் வேறு. நடைமுறை வேறாகத்தான் உள்ளது.

ஆனால் நடைமுறையிலே ஒன்றைச் சொல்லலாம் சங்கராச் சாரியார் யாருக்கு தீட்சை கொடுப்பார்? சைவ மடம் யாருக்கு தீட்சை கொடுக்கும்? பிறப்பினாலே சைவ சமயத்தைச் சார்ந்தவருக் குத்தான் தீட்சை கொடுக்கும். ஆனால் வைணவ மதம் தாழ்த்தப் பட்டோருக்கும் தீட்சை கொடுக்கும் வழக்கம் இன்றுவரை நடைமுறையிலிருக்கிறது. ஒரு தாழ்த்தப்பட்டவர் வைணவ தீட்சை பெற்று வைணவராகலாம். தீட்சை பெற்று வைணவரானவுடன் தீட்சை பெற்றவர்கள் யாரும் யாருடைய சாதியையும் கேட்கக் கூடாது. ஒன்றாகச் சமைத்து ஒன்றாகச் சாப்பிட வேண்டும்.

இந்தத் தாராள மனப்பான்மை சைவத்திலே கிடையாது. இதுதான் பார்வையிலே வித்தியாசம். ஆனால் இன்று எல்லோருமே "இந்து" என்ற போர்வையிலே தலித்துக்களை வெறுப்போடு தள்ளிவைத்துப் பார்க்கும் பார்வைதான் உள்ளது. இராமானுசரின் சாதி எதிர்ப்புக் குரல் தோற்றுப்போய்விட்டது.

**நீங்கள் சொல்லுவதைப் பார்த்தால் கோயில் என்ற அமைப்பே சாதிகளைக் காப்பாற்றும் முறைபோன்று தோன்றுகிறதே?**

ஆம். 1949இல் கோயில் நுழைவுச் சட்டம் வருகிற வரைக்கும் கோயில் என்ற நிறுவனம் சாதியை முழுமையாகக் காப்பாற்றும் அமைப்புதானே. கோயில் நுழைவுச் சட்டம் என்பது தடை செய்யப்பட்ட சாதியார் கோயிலினுள் நுழையலாம் என்பதுதானே! இவர்களைத் தடை செய்து வைத்தது எது? கோயில்தானே. இன்றைக்கு நாம் அனைவரும் உள்ளே போய் வணங்கினாலும் கூட மதுரை வீரன் கோயில் மதுரை மீனாட்சி யம்மன் கோயில் கோபுரத்திற்கு வெளியேதான் இருக்கிறது. அதே போல மதுரை வீரனை வணங்கும் சாதியார் கோயிலுக்கு வெளியே நிறுத்தப்பட்டனர்.

**கோயில் சாதியைக் காப்பாற்றினால் அது வருணாசிரம தருமத்திற்குக் கட்டுப்பட்டது என்று தானே அர்த்தம்?**

இல்லை. வருணாசிரம தர்மம் என்பது தமிழ் நாட்டிலே ஒரு போதும் நடை முறையிலே இருந்ததில்லை. வருணாசிரம தருமப்படி பிராமணர்களுக்கு அடுத்தபடி இருப்பவர்கள் வைசியர் என்று அழைக்கப்படுகிற வணிகச் சாதியார். அந்த வணிகச் சாதியாருக்கு கோயிலிலே எங்காவது இடம் இருக்கிறதா? இல்லை. அடுத்து சத்திரியர் என்று சொல்லப்படக்கூடிய போர்க்குணமுடைய சாதியர். அவர்களுக்கு எங்காவது இடம் இருக்கிறதா? வேளாளர் என்று சொல்லக்கூடிய சைவ மடங்களை வைத்திருப்பவர்கள் வருணதரும கணக்குப்படி சூத்திரர்கள். ஆனால் நடைமுறையிலே பிராமணர்களுக்கு அடுத்த உயர் சாதி நிலையில் அவர்கள் இருக்கிறார்கள். இதற்கு என்ன பொருள்? வருணாசிரம தருமம் இங்கு நடைமுறையிலே இல்லை. இங்கே சாதிதான் இருந்தது. இருக்கிறது. எனவே கோயில் சாதி பேணுகிறதே தவிர வருணாசிரம தருமத்தைப் பேணவில்லை.

**"அவரவர் தருமம்" என்கிறார்களே, அதன் அர்த்தம் என்ன?**

இப்படிச் சொல்லுகின்ற பார்ப்பனர்களின் ஆசைப்படி "அவரவர் தருமம்" என்றால் தாழ்த்தப்பட்டவர்கள் தாழ்த்தப்

பட்டவர்களாகவே இருக்க வேண்டும். பிராமணர் வேதம் ஓதிக்கொண்டிருக்க வேண்டும். பிராமணர்கள் வேதமும் ஓத வேண்டும், அரசியலும் செய்ய வேண்டும். சமூகத்தில் மிக உயர்ந்த பதவிகளாகிய தலைமை அமைச்சர் பதவியிலோ, குடியரசுத் தலைவர் பதவியிலோ, புகழ்பெற்ற மருத்துவராகவோ, வழக்கறிஞ ராகவோ இருக்க வேண்டும். பேருந்துப் போக்குவரத்து பெருந் தொழிலாக மாறிய போது பார்ப்பனர்கள் அதற்குள் நுழைந்து முதலாளிகள் ஆனார்கள். பட்டறைத் தொழில் பார்ப்பனர்களின் பரம்பரை தர்மத்துக்கு உடன்பாடா? இதுதான் "அவரவர் தருமம்" என்பதற்கான உண்மையான அர்த்தம்.

**பகுத்தறிவு வாதத்தால்தான் கோயில்கள் பாழடைந்து போய் விட்டன என்று சொல்கிறார்களே?**

பகுத்தறிவு வாதத்தால் என்றல்ல. அவர்கள் வெளிப் படையாகச் சொல்வது திராவிட இயக்கம் வந்தபிறகுதான் தமிழ்நாட்டுக் கோயில்கள் பாழ்பட்டுக் கிடக்கின்றன என்ற குற்றச்சாட்டைத்தான். நாத்திகத்தோடு திராவிட இயக்கம் வந்தது *1925*க்குப் பிறகுதான். அதற்கு முன்னாலே பாழ்பட்ட கோயில்களுக்கு எல்லாம் யார் பொறுப்பு? இரண்டாவது, பார்ப்பனர் கையில் இருந்த – பாழ்பட்டுக் கிடக்கும் கோயில்கள் எல்லாம் பெரிய சொத்துடைமை நிறுவனங்களாக இருந்த – கோயில்கள்தானே தவிர எந்த ஊரிலாவது சாதாரண அம்மன் கோயில், சுடலை கோயில், இசக்கி கோயில், காத்தவராயன் கோயில் பாழ்பட்டுப் போகிறதா? எனில் எந்த ஆன்மீகம் பாழ்பட்டுப் போயிருக்கிறது? யாருடைய ஆன்மீகம் உயிரோடு இருக்கிறது? பெருவாரியான மக்களுடைய ஆன்மீகம் உயிரோடு இருக்கிறதனால்தானே காத்தவராயன் கோயிலோ, சுடலை கோயிலோ, பொன்னியம்மன் கோயிலோ அழியாமல் அப்படியே இருக்கிறது. சுஜாதாகூட ஒருமுறை எழுதியிருந்தார். நவதிருப் பதியைசுற்றிப் பார்த்துவிட்டு வந்து, அவை வாழ்ந்த காலத்தை நினைத்துப் பார்த்துவிட்டு "அப்பொழுதெல்லாம் திராவிட இயக்கம் இல்லை" என்று. திராவிட இயக்கம் பிறப்பதற்கு முன்னூறு, நானூறு ஆண்டுகளுக்கு முன்னாலேயே பெரும் பாலான கோயில்கள் பாழ்பட்டுப் போயின. அதற்கான காரணம் பிராமணர்கள் புதிய அதிகார மையத்தைத் தேடி அந்தக் கோயில்களை எல்லாம் கைவிட்டு விட்டு நகரங்களை நோக்கிப் புறப்பட்டுப் போனார்கள். 19ஆம் நூற்றாண்டில் நீதிபதி முத்துச்சாமி ஐயரோ, எஸ்.எஸ். வாசனோ தங்கள் கிராமத்தைவிட்டு நகரத்திற்கு வந்ததற்கு திராவிட இயக்கமா காரணம்? திராவிட இயக்கம் பிறப்பதற்கு முன்னாலேயே இவர்கள் நகரத்திற்கு புதிய

அதிகாரங்களையும் பொருள் வளத்தையும் தேடித்தான் கோயில் களைக் கைவிட்டு விட்டு வந்தார்கள்.

### கோயில்களைக் காப்பாற்றவே முடியாதா?

எந்தக் கோயில்களை நீங்கள் குறிப்பிடுகிறீர்கள். பெரிய கோபுரங்களோடு கூடிய கோயிலையா? இல்லை, உங்கள் வீட் டிற்குப் பக்கத்தில் இருக்கும் அம்மன் கோயிலையா? அரசு ஆதரவிலே வளர்ந்த மிகப்பெரிய சொத்துடைமை நிறுவனங் களாக இருக்கிற கல்மண்டபங்களோடு கூடிய கோயில்களையும் காப்பாற்ற முடியும். எப்படி முடியும் என்றால் சமூகம் ஜன நாயகப்பட்ட பொழுது கோயில்கள் என்ற சொத்துடைமை நிறு வனங்களும் ஜனநாயகப்பட வேண்டும். ஆனால் அண்மை யில் சங்கராச்சாரியார் "ஆழ்வார், நாயன்மார்களின் பிறந்தநாட் களை அந்தந்த சாதிக்காரர்கள் கொண்டாட வேண்டும்" என் கிறார். நந்தனார், திருப்பாணாழ்வார் சந்நிதிகளில் பார்ப்பனர்கள் வழிபாடு செய்யமாட்டார்கள் என்பதுதான் இதன்பொருள். பார்ப்பனர்களைத் தலைமைச்சாதி (ஆக உயர்ந்த சாதி) என்று எல்லோரும் ஏற்றுக் கொள்ளும்வரை ஆன்மீகத்தில் சமத்துவம் ஏற்படாது. கோயிலும் அனைத்து மக்களுக்கும் உரியது ஆகாது. இதுவரைக்கும் அவை தாக்குப் பிடிப்பதற்கான காரணமே, கோயில் நுழைவுச் சட்டத்தின் விளைவாகத்தான். இனிமேல் அவை வாழவேண்டுமானால் அனைத்து சாதியினரும் தகுதி காரணமாக அருச்சகராகலாம் என்று அண்மையிலே உச்சநீதி மன்றம் தீர்ப்பு வழங்கியிருக்கிறதே, அந்தத் தீர்ப்பை நடைமுறைப் படுத்தினால் இந்தக் கோயில்கள் வாழும். கோயிலை மையமிட்ட கலைகள் காப்பாற்றப்படும். கோயிலிலுள்ள கலைச் செல்வங்கள் அனைத்தும் பாதுகாக்கப்படும். அப்படி ஒரு நிலை வந்தால் கோயில்களைக் காப்பாற்ற முடியும். ஆனால், "தலித் என்ற பெயரோடு வந்தால் கோயிலுக்குள் அனுமதிக்கமாட்டோம்" என்றும் சங்கராச்சாரியார் கூறிவருகிறார். கோயில் அனுமதி அதிகாரம் இவருடைய குடும்பச்சொத்தோ, மடத்தின் சொத்தோ ஆகாது. ஒருவருடைய சாதியை சட்டப்படி அரசாங்கம்தான் அடையாளம் காட்ட முடியும்.

### மதச்சிறுபான்மைச் சமூகங்களை எப்படிப் பார்க்கிறீர்கள்?

தமிழ்நாட்டில் மதச்சிறுபான்மை சமூகங்களுடைய உருவாக் கம் என்ன? வட இந்தியாவைப் போல அல்ல இங்கே. மிகப் பெரிய கலைச்செல்வங்கள் உடைய கோயில்கள் இருக்கின்ற னவே. இவற்றின் மீது இவற்றை உருவாக்கிவிட்டு இன்றைக்கு

வேறு மதத்தில் இருக்கிற மக்களுக்கு ஒரு பங்கு இருந்ததல்லவா? அப்படியானால் அவர்கள் இதையெல்லாம் விட்டுவிட்டு ஏன் போனார்கள்? போகவில்லை, அவர்கள் துரத்தப்பட்டார்கள் என்பதுதான் உண்மை. மழையிலும், வெயிலிலும் நின்றுகொண்டு இருக்கிற மக்கள் கோயிலுக்குள் நுழையமுடியாது. மழைக்குக் கூட நுழையமுடியாது. ஏனெனில் சாதியினால் தாழ்ந்தவர்கள். எந்தக் கோயில் திறந்திருந்ததோ அந்தக் கோயிலுக்கு அவர்கள் போய்விட்டார்கள்.

எனவே "இங்கிருந்து துரத்தப்பட்டவர்கள்." என்று சொல்வது தான் பொருத்தம். சமூக அரசியல் ஆதிக்கம் காரணமாக, தென் மாவட்டக் கடற்கரையில் இருக்கிற பரதவர் என்ற சாதியினர் தமிழ்நாட்டில் தொல் பழைய சாதியினர். சங்க இலக்கியத் திலேயே அவர்களைப் பற்றிய குறிப்புகள் உண்டு. அவர்கள் 15ஆம் நூற்றாண்டின் தொடக்கப் பகுதியிலேயே நூற்றுக்கு நூறு கிறித்தவர்களாகப் போய்விட்டனர்.

என்ன காரணம்? அன்றைக்கிருந்த நாயக்கராட்சியின் நெருக்கடி தாங்கமுடியவில்லை. மறுபடியும் கடற்கொள்ளை யர்கள், இன்னொருபுறமோ போர்த்துக்கீசியப் படைகள், நம் முடைய மூச்செல்லாம் அந்தக் கடற்கரையிலும், கடலிலும் கிடந்தது. கடலின் மடியிலே தங்களுடைய வாழ்க்கை அமைந் திருக்கிறது என்பதனாலே தங்களை, தங்கள் கடலை, தங்களுடைய புனிதங்களும், நம்பிக்கைகளும் சார்ந்த நெடிய கடற்பரப்பைக் காப்பாற்றிக் கொள்வதற்காக அனைவரும் போர்த்துக்கீசிய ரோடு உடன்பாடு செய்துகொண்டு கிறித்தவ மதத்திற்குப் போனார்கள். தவிர, இயேசுவின் சேதியை அப்பொழுது அவர் கள் அறிந்துகொண்டு போகவில்லை. பின்னாலே அவர்கள் அறிந்திருக்கலாம். அது வேறு விசயம். போகிறபொழுது இயேசுவின் செய்தி அவர்களுக்குத் தெரியாது. இப்படித்தான் எல்லா இடத்திலும் நிகழ்ந்தது. வடநாட்டு ஆசிரியர்கள் எல்லாம் எழுதி வைத்து இருக்கிறார்கள். இஸ்லாம் வாளோடு வந்த மதம் என்று. எந்த மதம் வாளைத் தூக்கவில்லை? எல்லா மதங்களும் வாளைத் தூக்கியவைதான். சிலுவைப்போர்கள் நடந்ததும் உண்மைதான். கலிபாக்கள் இடையில் போர் நடந்ததும் உண்மைதான். மதுரையிலே எண்ணாயிரம் சமணர்களைக் கழுவேற்றியதும் உண்மைதான்.

உலக வரலாற்றை எடுத்துப் பார்த்தால் எல்லா மதங்களுமே ஒரு கட்டத்தில் ஆயுதத்தை ஏந்தி அடுத்த மதத்தை ஒடுக்கிய

மதங்கள்தான். இன்றைக்குத்தான். "அவரவர் மதம் அவரவர் களுக்கு" என்கிற ஞானம் எல்லா மதத்துக்காரர்களுக்கும் வந்துள் ளது. சாதி ஆதிக்கமும் பொருளாதார ஆதிக்கமும், அரசியல் அதிகார ஆதிக்கமும், பலமும் உடையவர்களாலே கிறித்தவர் களும், இசுலாமியர்களும் விரட்டப்பட்டார்கள் என்பதுதான் சரியானதாக இருக்கமுடியும். இங்கு அவர்கள் உயிரைக் கையில் பிடித்துக் கொண்டு இருந்தார்கள். போன இடத்திலே அவர்கள் வாழ்கிறார்கள். அவர்களுடைய வாழ்க்கை இவர்களுக்குப் பொறுக்கவில்லை.

**தற்பொழுது இந்துக்களை மதமாற்றம் செய்வது திட்டமிட்ட சதி என்கிறார்களே?**

இங்கு இருந்து விரட்டியதும் சாதியினாலே தாழ்ந்தவர்கள் என்பதும் திட்டமிட்ட சதியில்லையா? ஆம். சாத்திரங்களும் உயர் சாதிகளும் திட்டமிட்ட சதிதான். இன்னமும் நெல்லை மாவட்டத்தில் மட்டும் 160க்கு மேற்பட்ட சிற்றூர்களிலே தனித் தம்ளர் முறை இருக்கிறது. சாதி ரீதியான ஒடுக்குமுறை தமிழ் நாட்டின் பல மாவட்டங்களிலே வெவ்வேறு வடிவிலே வெவ் வேறு சாதி மக்களிடையே இருக்கிறது.

இதுவரைக்கும் இந்த நாட்டில் வறுமைக்கோட்டிற்குக் கீழுள்ள மக்களிடையே சாதிக் கணக்கு போட்டுப் பாருங்கள். எந்தக் கோயில் அவர்களைக் காப்பாற்ற முன் வந்தது? ஆற்றோரங் களிலும் புறம்போக்கு நிலங்களிலும், குடிசைகளிலும் வாழ்கிற மக்களை சாதி ரீதியாக கணக்கெடுத்துப் பாருங்கள். இவர்களிலே பெரும்பாலோர் மரபு வழியாக ஆன்மீக அதிகாரத்தால் புறந் தள்ளப்பட்ட மக்கள் அல்லவா?

**இந்துத் தலைவர்களிடையே "தலித்" பற்றியதான பார்வை தற்பொழுது மாறியிருக்கிறதா?**

இல்லை. அவர்கள் மாறியதாகக் காட்டுகிறார்கள். இன்னும் இந்துத் தலைவர்களிடையே கூட சங்கராச்சாரியார் என்ன சொல்கிறார். "அம்பேத்காரை பின்பற்றும் மக்கள்" என்கிறார். வெளிப்படையாகப் பெயர் சொல்லக்கூட அவருக்கு மனமில்லை. இவர்கள் சுத்தமாக இல்லையென்று ஒரு காலத்திலே சொன் னார்கள். இப்பொழுது எதிர்ப்பு வந்துவிட்டதால் அதை விட்டு விட்டார்கள். யாருடைய சுத்தம் பற்றி யார் பேசுவது? அழுக்கு களை உரமாக்கி அழகான பயிர்களை உருவாக்கும் மனிதன் அசுத்தமானவன். மடாதிபதி சுத்தமானவரா? அசுத்தம் என்பது உடல் உழைப்பை மதிக்காத அதைச் சுரண்டி வாழுபவரின்

பேச்சாகும். "திரௌபதி சுத்தமாக இருந்தா ஆபத்திலே கிருஷ்ணனைக் கூப்பிட்டாள். கூப்பிட்டவுடன் உதவிக்கு அவர் வரவில்லையா" என்று கேட்கிறார்களே வைணவர்கள். இந்தக் கேள்விக்கு சங்கராச்சாரியார் பதில் சொல்வாரா? நூற்றுக்கு இருபது பேராக இருக்கிற தலித் மக்கள் மதம் மாறிப்போய் விடவும் கூடாது. இருக்கிற இடத்திலே "இந்து" என்ற பெயரோடு தலித்துகளும் பிற்படுத்தப்பட்ட மக்களும் பார்ப்பனர்களின் ஆன்மீக அதிகாரத்தை ஏற்றுக்கொள்ள வேண்டும். பங்காரு அடிகளார் போலப் புதிய நெறிகளைக் கண்டுபிடிக்கக் கூடாது. இதுதான் அவரது எண்ணமாகும்.

ஏதேனும் ஒரு காரணம் பற்றி தங்களுடைய ஆன்மீக அதிகாரத்தையும் மறைமுகமான அரசியல் அதிகாரத்தையும் தக்க வைத்துக்கொள்ள வேண்டும் என்பதுதான் அவர்களுடைய நோக்கம். அதுமட்டுமல்ல, இப்பொழுது அந்த "கிறித்தவர் இசுலாமியராக அல்லாத இந்து" என்கிற அரசியல் சட்டம் சொல்கிற வார்த்தையை ஒரு சமூக ஆதிக்கமாக மாற்றப் பார்க்கிறார்கள். இதனைப் புரிந்து கொண்டால் "இந்து" என்னும் பண்பாட்டு மாயையிலிருந்து நமக்கு விடுதலை கிடைக்கும். அவரவர்கள் அவரவர் தெய்வங்களை நிம்மதியாக வணங்கி விட்டுப் போவார்கள். நம்முடைய வழிபாட்டு உரிமையினையும், மத உரிமையினையும் நாம் காப்பாற்றிக் கொள்ள முடியும்.

# 2

## சங்கரமடம் தெரிந்துகொள்ள வேண்டிய உண்மைகள்

***சங்கரமடம் சிக்கலுக்கு ஆளாகியிருக்கிறதே?***

சங்கரமடம் இப்பொழுதுதானா சிக்கலுக்கு ஆளாகியிருக்கிறது. அதன் தோற்றம், சங்கராச்சாரியாரின் நடைமுறைகள், அவர் பின்பற்றுகின்ற கொள்கைகள், அவருடைய அரசியல் தலையீடுகள், எல்லாமே சிக்கலுக்குள்ளானவைதான். 1987ஆம் ஆண்டு ஆகஸ்டு மாதத்தில் தண்டத்தையும் கமண்டலத்தையும் விட்டுவிட்டு தலைக்காவேரிக்கு ஓடிப்போனாரே, அதுவும் சிக்கல் தானே!

***2500 ஆண்டுகால பழமையான மடம் என்கிறார்களே?***

ஆதிசங்கரர் காலமே கி.பி. 8ஆம் நூற்றாண்டுதான். கி.பி.7ஆம் நூற்றாண்டில் பிறந்த திருஞானசம்பந்தரை அவர் 'திராவிட சிசு' என்று குறிப்பிடுகின்றார். பிறகு எப்படி? 2500 ஆண்டு மடம் என்பது பொய். இது மாதிரியான வரலாற்றுப் புரட்டு வேறொன்றுமில்லை. ஏனென்றால், இது சிருங்கேரி மடத்தினுடைய ஒரு கிளை கும்பகோணத்திலே இருந்தது. அப்புறம் காஞ்சிபுரத்திற்கு கொண்டு வந்தார்கள். 1830லே கூட இந்த மடத்தினுடைய தலைவரை 'சிக்குடையார்', 'இளைய மடாதிபதி' என்றுதான் ஆவணங்கள் குறிப்பிடுகின்றன. அதாவது, சிருங்கேரிக்காரர் மூத்த மடாதிபதி (பீடாதிபதியும்) இவர் இளைய மடாதிபதி. காஞ்சிபுரத்திற்கு இவர்கள் வந்த நேரத்திலே காமாட்சியம்மன் கோயிலில் குழுக்களுக்கிடையிலே ஒரு தகராறு. ஒரு தற்காலிக ஏற்பாடாகக் கம்பெனி அரசாங்கத்தால் காமாட்சியம்மன் கோயில் இவர்களின் கையில் ஒப்படைக்கப் பட்டது.

இந்த மடத்திற்கு நெருக்கமான தொல்லியல் துறை முன்னாள் இயக்குநர் இரா. நாகசாமியைக் கேட்டுப் பாருங்கள். அவரே இம்மடத்தின் வரலாற்றை ஒத்துக்கொள்ளமாட்டார்.

***2500 ஆண்டுப் பழமை என்றால் காஞ்சியை ஆண்ட பல்லவன் உட்பட, சேர, சோழ, பாண்டிய மன்னர்கள் இம்மடத்திற்கு ஏதேனும் செய்திருக்கிறார்களா? சான்று காட்ட முடியுமா?***

மற்ற மடங்களைப் போல இவர்களுக்கு வேறு எங்காவது கோயில் இருக்கிறதா என்றால் இல்லை. இவர்களுக்கும், கோயில் வழிபாட்டுக்கும் சம்பந்தமே கிடையாது. காமாட்சியம்மன் கோயில் இவர்களுக்குப் பங்கிடும் பொழுது கிடைத்த சொத்து அவ்வளவுதான்.

***காமகோடி என்றால் என்ன பொருள்?***

காஞ்சிபுரத்திலிருக்கிற காமாட்சியம்மன் கோயில் மிகமிகப் பழமையானது. அதற்குக் காமக்கோட்டம் என்று பெயர்.

> "கச்சி வளைக்கச்சி காமக்கோட்டம் தன்னில்
> மெச்சி இனிதிருக்கும் மெய்ச்சாத்தன்–கைச்செண்டு"

என்பது 9ஆம் நூற்றாண்டைச் சேர்ந்த ஒரு தனிப்பாடல் ஆகும்.

இன்றுவரை காமாட்சியம்மன் சன்னதிக்குப் பின்னால் ஒரு சாத்தனார் (ஐயனார்) சன்னதி உள்ளது. ஐயனார் வழிபாடு என்பது பார்ப்பனர் அல்லாத மக்களுக்கு உரியது. காமாட்சி யம்மன் கோயில் தாய் வழிபாட்டு நெறிகளுக்குட்பட்டது. காமக் கோட்டம் என்ற ஒன்பதாம் நூற்றாண்டுத் தாய்த் தெய்வக் கோயில்களுக்குரிய பெயரையே பார்ப்பனர்கள் தன்வயமாக்கி, (Assimilate) காமகோடி என்று வடமொழிப்படுத்தினார்கள். காமம் (விருப்பம்) என்பது திராவிட மொழிகளின் வேர்ச்சொல்லாகும்.

***காஞ்சிமடத்தை மூல மடம் என்று சொல்கிறார்களே?***

ஆதிசங்கரர் நிறுவியதாக சொல்லப்படுபவை நான்கு மடங் கள்தாம் (சிருங்கேரி, துவாரகை, பூரி, பத்ரிநாத்). இந்த நான்கு மடங்களுக்கு அப்பாலே இவர்கள் கற்பனையாகக் கூறியதுதான் காஞ்சிமடம். சங்கரர் பிறந்த காலடியில் கூட மடம் கிடையாது. சங்கரர் உருவாக்கிய மடம் நான்குதான். இவர்கள் பொய் சொல் வதற்காக சமஸ்கிருத மொழியில் ஆதாரங்களை உருவாக் கினார்கள். இதை மறுத்து அருமையான நூல்களை மூன்று பிராமணர்கள் எழுதியுள்ளனர். முக்கியமான புத்தகம் 'காஞ்சி

காமகோடி பீடம் ஒரு கட்டுக்கதை'. வாரணாசி ராஜகோபால் சர்மா என்பவர் இப்புத்தகத்தை எழுதியுள்ளார். அவர் பல முறை மறைந்த சங்கராச்சாரியாரை நேருக்குநேர் கேட்டு மடக்கி, பழைய சங்கராச்சாரியார் அவரிடம் தோற்றுப் போயிருக்கிறார். இவர்கள் மடமல்லாத மடம் என்பதனாலே ஒரு கிளை மடத்தைத் தனிமடம் என்று காட்டுவதற்காக, மூல ஆம்னாய மடம் என்று எழுதி வைத்திருக்கிறார்கள். சங்கரர் பிறந்த காலடியில் போய்க் கேட்டுப் பாருங்கள். அவர்கள் ஒத்துக்கொள்ள மாட்டார்கள். சிருங்கேரி மடத்தில் போய்க் கேட்டுப் பாருங்கள், உள்ளேயே நுழைய விடமாட்டார்கள்.

**காஞ்சி மடம் வருணாசிரம தர்மத்தைப் பின்பற்றுவதாகச் சொல்கிறார்களே? அப்படியென்றால் என்ன?**

வருணாசிரமம் என்பது பிறப்பினாலேயே உயர்வு, தாழ்வு உண்டு என்கிற பிராமண தருமம். நமக்குத் தெரியும். வருணாசிரம தருமப்படி பிராமணர்கள் ஆக உயர்வானவர்கள். அடுத்து வைசியர்கள், அடுத்து சத்திரியர்கள், அப்புறம் சூத்திரர்கள். வருணாசிரமம் தமிழ்நாட்டிலே ஒருபோதும் நடைமுறையில் கடைப்பிடிக்கப்பட்டது கிடையாது. வருணாசிரமத்தினுடைய ஒட்டு மொத்தப் பயன் என்னவென்றால் பார்ப்பனர்கள் தங்களை 'ஆக உயர்சாதியாக' கற்பித்துக் கொண்டு அதன் பயனை அனுபவித்ததுதான். இந்தியாவின் எல்லா மாநிலங்களிலும் பார்ப்பனர்தான் ஆக உயர்ந்த சாதியாகக் கருதப்படுகிறார்கள். 1967 வரை இந்தியாவில் எந்த மாநிலத்திலும் மூன்று சதவீத மக்கள் தொகையுடைய பிராமணர் பங்கேற்பு இல்லாத ஒரு அமைச்சரவை அமையவில்லை. 1967இல் தமிழ்நாட்டில்தான் அந்தப் புதுமை நடந்தேறியது. (அண்ணா தலைமையில் பதவியேற்ற தமிழக அமைச்சரவை)

'இந்தியர்கள்' என்றால் பிராமணர்களைத்தான் சொல்ல வேண்டும். ஏனென்றால் இந்தியா முழுக்க எல்லா மாநிலங்களிலும் விவாதத்திற்கு இடமில்லாமல் 'ஆக உயர்ந்த சாதி' அது ஒன்றுதான் என்று கற்பிக்கப்பட்டுள்ளது. வருணாசிரமம் என்பது பார்ப்பனருடைய பிறப்பை உயர்வாகப் போற்றுகிற கொள்கை. ஏனென்றால் வருணாசிரம தருமப்படி, தமிழ்நாட்டிலே பிராமணர்களுக்கு அடுத்ததாக இருந்த வேளாளர்கள் சூத்திர சாதிக்காரர்கள் அவர்களைவிடச் சத்திரியர்கள் என்று சொல்லக் கூடிய மறவர்களோ, வன்னியர்களோ, கள்ளர்களோ உயர்ந்த சாதிக்காரர்கள் அல்லர். அவர்களைவிடச் செட்டியார்கள் தாழ்ந்த சாதிக்காரர்கள் அல்லர். எனவே வருணாசிரமம் பார்ப்பனர்கள்

தாங்களாகத் தங்களுடைய மேன்மைக்குக் கற்பித்துக் கொண்ட ஒரு எழுத்து வன்முறையே தவிர நடைமுறையிலே இருந்தது இல்லை. நடைமுறைக்கு வந்ததெல்லாம் பிராமணர்கள் அரசியல் அதிகாரத்தைப் பயன்படுத்தி, தாங்களே 'ஆக முதல் சாதி', 'உயர்ந்தவர்கள்' என்ற நிலைமையைத் தக்க வைத்துக் கொண்டார்கள் என்பதுதான். இதுதான் வருணாசிரமம். வருணாசிரமம் என்பது பிறப்பு வழிப்பட்டது. ஆகவே வருணாசிரமம் இந்திய அரசியல் சட்டத்திற்கு எதிரானது. அதனாலேதான் சங்கராச்சாரியார் அவருடைய பெற்றோர் இட்ட பெயரைச் சொல்லி சுப்பிரமணி என்று நீதிமன்றத்தில் கூப்பிடும் பொழுது கூட கையெழுத்துப் போட மறுக்கிறார். 'கைரேகை' வேண்டுமானால் வைக்கிறேன். 'கையெழுத்துப் போட மாட்டேன்' என்று சொல்கிறார். ஏனென்றால் பிறப்பு வழிப்பட்ட மேலாண்மை அதிகாரம்தான் இதற்குக் காரணம்.

**வேத வளர்ச்சி என்கிறார்களே? வேதங்கள் என்றால் என்ன?**

வேதங்கள் எல்லாம் பன்னெடுங் காலத்திற்கு முன்னாலே கங்கைக் கரையிலே வேதமொழி பேசிய மக்களினுடைய பாடல்கள்தாம். அந்த மொழியிலிருந்து வளர்ச்சி பெற்றதுதான் சமஸ்கிருதம் (திருந்திய மொழி) எனப்படும் வடமொழியாகும். வேதமொழி என்பது வடமொழிக்கு முந்திய மொழி ஆகும். ரிக்வேதம் என்பது முழுவதும் பாடல்களால் ஆனது. இந்தப் பாடல்கள் எல்லாமே பல்வேறு வகையான தெய்வங்களை அந்தந்த நேரத்திற்கு தகுந்தாற்போல (Henotheism) குறிக்கும். வருகின்ற இரவு போகின்ற இரவு, வைகறை குறித்த பாடல்களாக அவை உள்ளன. உஷா என்றால் விடியல் காலத்திற்குரிய தேவதை. நிஷா என்பவள் இரவின் தேவதை. அருணன் என்பது சூரிய உதயத்திற்கு முந்திய விடிகாலையின் தேவதை.

இப்படி நிறைய தெய்வங்களைப் பாடுகிற பாடல்கள் ரிக் (இருக்கு) வேதத்திலே உண்டு. அந்தக் காலத்தில் வேள்விக்குரிய தெய்வங்களாக அவை இருந்தன. அவற்றுக்கு மண்ணுலகில் உருவம் கிடையாது. இந்திரன், மருத் (காற்று) ஆகியவை போல்வன அந்தத் தெய்வங்கள். அக்னி மட்டும் பூமியில் இருக்கும். அதற்கும் 'அக்னி தேவன்' என்று தனியாக மந்திரத்தில் பெயர் வைத்துக் கொள்வார்களே தவிர, பூமியிலே மற்ற மூன்று தெய்வங்களுக்கும் உருவம் அந்தக் காலத்திலே கிடையாது. இந்தக் காலத்திலும் கிடையாது. யஜுர்வேதம் என்பது, வேதக் கிரியைகளை எவ்வாறு செய்வது என்று சொல்லக்கூடிய குறிப்புக ளின் தொகுதியாகும்.

‘சாமவேதம்’ என்பது இசைப்பாடல்களால் ஆனது. ‘சாம கானம்’ என்பார்களே அதெல்லாம் (சாம வேதம்) இசை வேதம் ஆகும். அதர்வண வேதம் ஒரு காலத்திலே கிடையாது. பின்னாலே அதர்வண வேதம் என்பது நாட்டார் மந்திரங்கள் (Witch Craft) என்று சொல்லக்கூடிய செய்வினை செய்வதைக் கூறும் மந்திரங்கள் அடங்கிய தொகுப்பு ஆகும்.

மூன்று வேதங்கள் என்பதுதான் பழைய வழக்கு. பின்னாளில் மற்ற மக்கள் தொகுதியின் நம்பிக்கைகளை உள்வாங்கிக் கொண்டு வேறு வழியில்லாமல் நாலாவது வேதத்தை உருவாக்கினார்கள். அதற்குப் பின்னாலே யஜுர் வேதத்தினை இரண்டாகப் பிரித்து (உபகர்மா என்று வடமொழியிலே பெரிதாகச் சொல்வார்கள்) அதாவது செய்யக்கூடிய சடங்குகள் சாதிவாரியாக வித்தியாசப் படும் என்பதனாலே கிருஷ்ண யஜுர் வேதம், சுக்ல யஜுர் வேதம் என்று இவர்கள் தனியாகப் பிரித்து வைத்துக் கொண்டார் கள். (சுக்ல என்பது சிவந்த நிறமுடைய ஆரியப் பார்ப்பனர்களையும் கிருஷ்ண என்பது கறுத்த நிறமுடைய மற்றவர்களையும் குறிக்கும்)

வேதத்திலே சொல்லப்படுகிற எல்லாத் தெய்வங்களும் செத்துப் போய் இரண்டாயிரம் ஆண்டுகள் ஆயிற்று. அந்தத் தெய்வங்களுக்கு ஒருபோதும் உருவமும் கிடையாது. கோயில் என்பது ஆகம நெறிகளால் ஒழுங்குபடுத்தப்பட்டது. வழிபாட்டிற்குரிய இடமாகும். உண்மையாகச் சொல்லப்போனால் சங்கரமடத்தாருக்குக் கோயில் என்பது சம்பந்தமில்லாத ஒரு இடம் ஆகும். இவர்களுக்கு ஸ்மிருதி (சொல்ல மட்டுமே கூடிய ஒன்று) என்று சொல்லக்கூடிய ஓதப்படுகிற வேதமந்திரப் பாடல்கள்தாம் கடவுள் மாதிரி.

“வேதங்கள் மனிதர்களால் செய்யப்பட்டவை அல்ல. ஆகாயத்தில் மிதந்து கொண்டிருந்தவை. ரிஷிகள் மூலமாக அதனை மண்ணுக்கு மந்திரப் பாடல்களாக இறக்கி வைத்தார்கள்” என்று இவர்கள் வேதங்கள் குறித்துச் சொல்வார்கள். மந்திரம் என்றால் மறைவானது. அதனால்தான் வேதத்திற்கு ‘எழுதாக் கிளவி’ என்ற பெயர். பார்ப்பனர் அல்லாதாரின் கண்ணுக்கும் காதுக்கும் மறைக்கப்பட்டதால்தான் தமிழில் அதற்கு ‘மறை’ என்று பெயர். ‘கிறித்தவத் திருமறை’, ‘இசுலாமியத் திருமறை’ என்று சொல்வதெல்லாம் தவறு. இவையெல்லாம் மறைக்கப் பட்டவை அல்ல. வெளிப்படையானவை.

வேதத்தைத் தவிர வேறு தெய்வங்கள் இவர்களுக்குக் கிடை யாது. அந்த வேதத்தினுடைய சாரமாக ‘அகம் ப்ரம்மாஸ்மி’ (நானே பிரம்மம் ஆக இருக்கிறேன்) ‘தத்வம் அஸி’ (நீ தேடுகிற

அதுவாய் நீயே இருக்கிறாய்) என்று மகா வாக்கியங்களைச் சொல்வார்கள். இதற்கு என்ன அர்த்தம் என்றால் நான் தேடுகிற கடவுளின் வடிவாக நானே இருக்கிறேன் என்பதுதான். 'நானே கடவுள், கடவுளே நான்' என்பதுதான் அவர்களுடைய சித் தாந்தம். இதைத்தவிர பெரும்பான்மையான மக்கள்திரள் நம்புவதுபோல தனியான ஒரு முதற்பொருளை (ஈஸ்வரனை) அவர்கள் ஒப்புக்கொள்வதில்லை.

வேதத் தெய்வங்கள் இரண்டாயிரம் ஆண்டுகளுக்கு முன்னால் இறந்துவிட்டன என்கிறீர்கள். ஆனால் இன்னும் வேத வளர்ச்சி வேதப் பாடசாலைகள் தொடர்ந்து கொண்டு இருக்கின்றனவே?

வேதப் பாடசாலைகள் 'ஸ்மார்த்தப் பார்ப்பனர்களுக்கு' மட்டும் உரியதுதானே. மற்ற சாதியில் பிறந்தவர்களை வேதம் படிக்க இன்றுவரை அனுமதிக்க மறுக்கிறார்களே. காசு கொடுத்துச் சேர்வதாக இருந்தாலும் அவர்கள் கற்றுத் தரமாட்டார்கள். வேதம் என்பது பிறப்பினாலே சாதியினாலே பிராமணர்களாக இருப்பவர்களுக்கு மட்டும்தான். தமிழ்நாட்டிலே வேதப் பாட சாலைகளில் இதுதான் நடைமுறை. நாட்டுக்கோட்டை செட்டி யார்கள் உருவாக்கிய வேதபாடசாலைகளிலும் பிராமணர் களுக்கு மட்டும்தான் அனுமதி. கேரளத்திலே இதை உடைத்து விட்டார்கள். கேரளத்திலே மற்ற சாதியினர் வேதம் படித்து விட்டனர். இதனால்தான் உச்சநீதிமன்றம் அண்மையிலே (ஒரு வருடத்திற்கு முன்னால்) வேதம் படித்தவர்கள் பிறப்பினால் எந்தச் சாதியாக இருந்தாலும் கோயிலில் அர்ச்சகராகலாம் என்று தீர்ப்பு வழங்கியுள்ளது. தமிழ்நாட்டிலே பார்ப்பனர்கள் மட்டும் தான் முறையாக வேதம் படித்தவர்கள். தமிழ்நாட்டில் இருக்கிற வேதப் பாடசாலைகள் எல்லாமே நூற்றுக்கு நூறு பிராமண மாணவர்களாகக் கொண்டு இயங்குகிற கல்வி நிறுவனங்கள்தாம் உள்ளது. வேறு எந்தச் சாதியாரும் தங்கள் சாதிக்கு மட்டும் சாதி ஆசாரத்திற்கு மட்டும் என்று ஒரு கல்வி நிறுவனத்தை நடத்த முடியுமா? சிந்தித்துப் பாருங்கள்.

அப்பொழுது, வேத வளர்ச்சி என்றால் பிராமண வளர்ச்சிதானா?

ஆம், வேத வளர்ச்சி என்றால் பிராமணர்களின் வளர்ச்சி தான். தனக்கென்று ஒரு கல்வித் திட்டத்தை உருவாக்கி மற்றவர் களுக்குப் பிறப்பினால் அதை மறுக்கின்ற சாதி நாட்டிலே வேறு எதுவும் கிடையாது. இது ஒன்றுதான்.

இவர்கள் மட்டும்தான் இப்படி வைத்துக் கொள்ளவும் முடியும்; தாக்குப் பிடிக்கவும் முடியும்.

### வேதங்கள் தெய்வங்களை ஒப்புக்கொள்ளவில்லையா?

வேதப்பாடல்கள் பல்வேறு வகையான தெய்வங்களைப் பேசின. தெய்வங்கள் சமூகத்தின் தேவை கருதி சில மாறிவரும். சில செத்துப் போகும். வேத காலத் தெய்வங்கள் அநேகமாக எல்லாமே செத்துப் போய்விட்டன. ஏனென்றால் அவை பார்ப்பனர்களுக்கு மட்டும் உரியன. அவர்களுக்கு உருவ வழிபாடு கிடையாது. பார்ப்பனர்கள் என்றால் சிவப்பிராமணர்களையும், வைணவப் பிராமணர்களையும் சொல்லவில்லை. சங்கர வேதாந்திகளான ஸ்மார்த்தப் பிராமணர்களுக்கு உருவ வழிபாடு கிடையாது. மூத்த ஆசிரியர் சமாதியை மட்டும் வணங்குவார்கள். அதற்கு 'அதிஷ்டானம்' என்று பெயர். தவிர கோயில் கோபுரத்தைப் பார்த்தால் நாம் கன்னத்தில் போட்டுக் கொள்வோமே அதுமாதிரி இவர்கள் செய்யமாட்டார்கள்.

### காஞ்சி மடாதிபதி கோயில்களுக்கு எல்லாம் வருகிறாரே?

கோயில்களுக்கும் இவர்களின் வேதாந்தத்திற்கும் உறவே கிடையாது. ஒருகாலத்தில் ஆனந்தவிகடன், அப்புறம் கல்கி, கலைமகள், மஞ்சரி என்று பார்ப்பனர் கையிலே இருந்த பத்திரிகைகள் திரும்பத் திரும்ப எழுதி எழுதிப் பொய்யை உண்மையாக்கிவிட்டார்கள். பின்னாளிலே, வானொலி வந்ததும் இதைத்தான் செய்தது. தொலைக்காட்சியும் இதையே செய்தது. எனவே தகவல் தொடர்பு சாதனங்கள்தான் இப்போக்கினை உருவாக்கின. அதாவது சங்கராச்சாரியார் கோயில் வழிபாட்டுக் காரர் என்பது போல.

### சங்கராச்சாரியார் எனது காமாட்சி அம்மனே நீதான் என்று குறிப்பிட்டதாக வந்த செய்தி பற்றி?

காமாட்சி அம்மனை அவர்கள் வணங்க மாட்டார்கள். காமாட்சி அம்மன் சன்னதியில் நின்று கொண்டு கையைத் தனியாக எடுத்து நெஞ்சுக்கு நேராக வைத்துக் கும்பிடும் வழக்கம் அவர்களுக்குக் கிடையாது. நம்மைப் போல கையினை நெஞ்சுக்கு மேலே வைத்து கும்பிடும் வழக்கம் கிடையாது. கையினை நெஞ்சின் மேல் வைத்து நீ நான், நான் நீ என்றுதான் சொல்வார்கள். அதாவது 'காமாட்சியே நீதான் நான்' என்று சொல்வார்கள்.

**இன்று கும்பாபிசேகம் போன்ற விஷயங்களுக்கு நாள் குறித்துக் கொடுக்கிறாரே?**

அரசியல்ரீதியாக, மறைமுகமாக அரசியல் அதிகாரத்தை இவர்கள் கைப்பற்றிக் கொண்டதனாலேதான். எழுத்து ஊடகங்கள் குறிப்பாக பத்திரிகைகள் இவர்களை இந்து மதத்தின் ஒரே தலைவர், ஒப்பற்ற தலைவர் என்று காட்டியதனாலே. அறியாத மக்கள், அறியாத பக்தர்கள், இவர்களைக் கோயிலுக்குள்ளே அனுமதிக்கின்றனர். இவர்கள் கோயில் சம்பந்தப்பட்ட ஆகமங்களை அறியாதவர்கள். ஆகமங்கள் சங்கராச்சாரியாருக்குத் தெரியாது. ஏனென்றால் இவர்கள் ஆகமத்திற்கு எதிரானவர்கள். கோயில்கள் ஆகமங்களால் ஒழுங்குபடுத்தப்பட்டவை. கும்பாபிசேகம், குடமுழுக்கு எல்லாம் ஆகமவிதிப்படி நடக்க வேண்டியவை. இவர்கள் அதிகாரத்தின்படி அல்ல. ஆனால் அதிகாரத்தைத் தவறாகக் கையில் எடுத்துப் பயன்படுத்தி இந்துக்களின் தலைவர் என்று காட்டுவதற்கு இவர்கள் செய்கிற வேலை இது.

**கோயில் வழிபாட்டிற்கும் இவர்களுக்கும் சம்பந்தமே இல்லை என்கிறீர்களே அது எப்படி?**

ஐயா, காமாட்சியம்மன் கோயில் தவிர இவர்கள் கட்டுப்பாட்டில் வேறு எந்தப் பழமையான கோயிலும் கிடையாது. இவர்களுடைய வேலையெல்லாம் ஸ்மார்த்தப் பிராமணர்களுக்கு மட்டும் கல்வியும், வடமொழிக் கல்வியும் கொடுப்பதுதான். தங்கள் சாதிக்காரர்களுக்கு மட்டும் இவர்கள் சன்னியாச தீட்சை கொடுப்பார்கள்.

ஆண்டுக்கு 4 மாதம் இவர்கள் வேறு இடத்தில் தங்க வேண்டும். அதற்கு 'சதுர் மாஸ்ய விரதம்' என்று பெயர். மறைந்த சங்கராச்சாரியார் இப்படித்தான் கலவையிலே தங்கினார். இவர்கள் தங்கியிருந்த இடம் மடம்தானே தவிர ஆலயம் அன்று.

**இவர்களுடைய மற்ற வழக்கங்கள் எப்படி?**

இவர்கள் துறவி ஆனபிறகு சொந்த வீட்டிற்குச் செல்லக் கூடாது. ஆனால் இப்போது இருக்கிற சங்கராச்சாரியார்கள் சொந்த ஊருக்குப் போய் வந்திருக்கிறார்கள். தன் செல்வாக்கினால் சொந்த ஊருக்கு வசதிகள் செய்து கொடுத்திருக்கிறார்கள். அதனால் துறவிகளுக்குச் சொந்த ஊர்ப்பற்று போகவில்லை என்பதுதானே பொருள். அதுபோல இவர்களுடைய வழிபாட்டில் வடமொழியைத் தவிர மற்ற எந்த மொழிக்கும் இடம் கிடையாது. அது தீட்டாகும்.

மற்றொரு செய்தி. இவர்கள் விதவைகள் முகத்தில் விழிக் கமாட்டார்கள். ஆனால் இந்திராகாந்தி தலைமை அமைச்சராக இருந்தபோது மறைந்த சங்கராச்சாரியாரைப் பார்க்க விரும்பினார். இவர்கள் என்ன செய்தார்கள் தெரியுமா? நடுவிலே நீர் இருந்தால் தீட்டு போய்விடும் என்று சொல்லி ஒரு சிறிய கிணற்றின் ஒருபுறமாக சங்கராச்சாரியாரையும் மறுபுறமாக இந்திராகாந்தி அம்மையாரையும் அமர வைத்தார்கள். துறவி என்பவன் எல்லோருக்கும் எளியவன் என்பது நம்முடைய கோட்பாடு. ஆனால் இவர்கள் அமர்கிற இடத்தில் இவர்களை விட உயரமாக யாரும் ஆசனத்தில் அமரக்கூடாது. குடியரசுத் தலைவராக இருந்தாலும் கூட இவர்களுக்கு முன்னால் தரையில் அமர்ந்துகொண்டு, அல்லது நின்று கொண்டு பேச வேண்டும். சிறைச்சாலை வாசத்திலும், காவல்துறை வாகனத்திலும், விமானப் பயணத்திலும், இதுவெல்லாம் எப்படிச் சாத்தியமானது என்று தெரியவில்லை.

மற்ற மடங்களுக்கும் சங்கர மடங்களுக்கும் என்ன வித்தியாசம்?

இந்தியாவிலே ஏராளமான மடங்கள் இருக்கின்றன. ஒவ்வொரு மடமும் ஏதோ ஒரு இறைத் தத்துவத்தை முன்னிறுத்துகிற மடங்கள். ஜீயர் மடங்கள் இருக்கின்றன. திருவாவடுதுறை மடம் திருப்பனந்தாள் மடம் என்று சைவ, வைணவ மடங்கள் பல இருக்கின்றன. எல்லா மடத்துக்கும் ஒரு இறைக் கொள்கை உண்டு. அதாவது முன் முதலாக இறைவன் ஒருவன் உண்டு என்பதுதான். எல்லா மடத்துக்கும் உடன்பட்ட செய்தி. சங்கர மடத்துக்கு அப்படிக் கிடையாது. சங்கர மடத்துக்கு வேதம்தான் தெய்வம். உருவ வழிபாடே இல்லாத ஒரு மதம் இந்த ஸ்மார்த்த மதம். எனவேதான் இவர்கள் யாரும் இன்றைக்கும் எந்தக் கோயிலிலும் அர்ச்சராக இருக்க முடியாது. சங்கராச்சாரியாருக்கும் காமாட்சியம்மன் கோயிலில் கும்பிடத்தான் உரிமையே தவிர மூலத் திருமேனியைத் தொடுவதற்கோ அர்ச்சனை செய்வற்கோ எந்த உரிமையும் கிடையாது.

மடங்களெல்லாம் சாதி சார்ந்தனவா?

ஆம். தத்துவம் என்று பெயருக்கு வெளியிலே சொன்னாலும் எல்லா மடங்களின் பொருளாதார வளங்களும் ஏதோ ஒரு சாதிக்குரிய சொத்துதான். ஜீயர் மடங்கள் எல்லாம் வைணவப் பிராமணர்களுக்குரிய சொத்து. திருவாவடுதுறை மடமும், தருமபுர மடமும் சைவ வேளாளர்களின் சொத்து. இது போன்ற வேறு சில சாதியார்கள் விஸ்வகர்மா போன்றோர்–ஒன்றிரண்டு

இடங்களில் மடம் வைத்திருக்கிறார்கள். எல்லா மக்களுக்கும் எல்லாச் சாதியினருக்கும் உள்ள மடம் என்று தமிழ்நாட்டிலே எதுவும் கிடையாது. யார் அங்கு தீட்சை பெறுகிறார்களோ, தீட்சை பெற யாருக்கு உரிமை உள்ளதோ அவர்கள் மட்டுமே அங்கு உரிமை பெறுகின்றனர். சங்கரமடம் தீட்சைக்கு அப்பாற் பட்ட மடம். அங்கு தீட்சையே கிடையாது. தங்களுடைய அடியார்களுக்குக் கூட தீட்சை கொடுக்கும் மரபு கிடையாது. அடுத்துப் பட்டமேறுகிறவர்களுக்கு மட்டும்தான் சன்னியாச தீட்சை கொடுப்பார்கள். பெண்களுக்குத் தீட்சை தரமாட்டார்கள்.

## இந்த மடத்திற்கு இவ்வளவு சொத்து எப்படி வந்தது?

காலனி ஆட்சி வந்தபிறகு, காலனி ஆட்சியின் சட்டங்களாலும் அதன் பின்னர் வந்த ஒழுங்காற்றுச் சட்டங்களாலும் எல்லா மடங்களும் இந்திய அளவிலே தங்கள் அதிகாரத்தில் இருந்த சொத்துக்களை இழந்து கொண்டே இருந்தன. அவர்களுக்குப் பெரும்பாலான சொத்துக்கள் விளை நிலங்களாகும். காஞ்சி மடத்துக்கு விளை நிலங்களே கிடையாது. ஆகையால் பார்ப்பனரல்லாத சமூகத்தின் உறவும் கிடையாது. குத்தகை தாரர் சட்டம், வரன்முறைச் சட்டங்கள் இவற்றின் காரணமாக நிலவருவாயை நம்பியிருந்த மற்றைய மடங்கள் வருவாயை இழந்து கொண்டே வந்தன. இந்த மடத்தில் ஆளுகைக்கு உட்பட்ட ஸ்மார்த்த பிராமணர்களும் மற்றவர்களும் இவர்களுக்குத் தட்சணை கொடுப்பது உண்டு. இன்றளவும் பணக்காரர்களும், தொழிலதிபர்களும் அப்படிக் கொடுத்துக் கொண்டே இருக்கிறார்கள். அதனால்தானே 183 வங்கிக் கணக்குகள் வைத்திருக்கிறார்கள். காஞ்சிமடம் மட்டும் பொன்னும் பொருளுமான காணிக்கைகளால் தன்னுடைய வருவாயைப் பெருக்கிக் கொண்டே வந்தது. குறிப்பாக, காஞ்சிமடம் தமிழ்நாட்டுக்கு வெளியிலேயும் இந்தியாவுக்கு வெளியிலேயும் பணக்காரர்களிடமிருந்து நிறைய நன்கொடையைப் பெற்றதால் இவர்களுக்கு மட்டும் சொத்து சேர்ந்தது. மற்ற மடங்கள் எல்லாம் சொத்துக்களை இழந்து கொண்டு இருந்தன.

## மற்ற மடங்களின் சொத்துடைமை நிலை என்ன?

மற்ற மடங்களுக்கு நகரங்களிலே கட்டடங்கள் உண்டு. கிராமங்களிலே ஏராளமான விளைநிலங்கள் இருக்கின்றன. தருமபுரம், திருவாவடுதுறை, திருப்பனந்தாள் ஆகிய மடங்கள் தஞ்சை மாவட்டத்தில் இருந்தால் கூட நெல்லை மாவட்டத்தில்

அம்பாசமுத்திரத்தில் இம்மூன்றுக்கும் நிறைய விளை நிலங்கள் உள்ளன. இவ்விளை நிலங்களைப் பார்வையிட அங்கங்கே இளைய தம்பிரான்மார்கள் இருப்பார்கள். கட்டடங்களும் நெற் களஞ்சியங்களும் உண்டு. கோயில் சார்ந்த பெருநகரங்களிலே மடத்திற்கான கிளைகள் உண்டு. யாராவது ஒரு தம்பிரான் இருப்பார். விஜயநகர ஆட்சிக்காலத்திற்குப் பின் நாயக்கர் ஆட்சியிலேதான் பெருங்கோயில்களுக்கு அருகிலேயே சிறிய மடங்கள் வர ஆரம்பித்தன. சிருங்கேரிக்கு மதுரையிலே அம்மன் சன்னதியிலே ஒரு சிறிய மடம் இருக்கிறது. திருநெல்வேலியிலேயே அம்மன் சன்னதியில் ஒரு மடம் இருக்கிறது. ஆனால் காஞ்சி மடத்திற்கு இருக்காது. ஏனென்றால் இது மடமே அல்ல என்பதனாலேதான். இப்பொழுதுதான் தங்களது சொத்துக் களின் பெருக்கம் காரணமாகப் பெரிய நகரங்களிலே ஏதாவது ஒரு இடத்தை வாங்கி மடம் கட்டிக் கொண்டு இருக்கிறார்கள். இவர்களுக்குக் கும்பகோணத்தில் இருந்த சிறு கட்டடம் தவிர எந்த ஊரிலும் வேறு சொத்துக்களே கிடையாது. நஞ்சை விளைநிலங்கள் ஒருபோதும் கிடையாது. தமிழ்நாட்டிலே மடம் என்றாலே நிலவுடைமையின் வெளிப்பாடுதானே. இம் மடத்தின் சொத்துக்கள் எப்பொழுது சேர்ந்தது என்பதற்கான அடையாளம் இதுதான்.

**அப்படியெனில் சைவர்களும் வைணவர்களும் இவரை எப்படி ஒத்துக்கொண்டார்கள்?**

எங்கே ஒத்துக் கொண்டார்கள்? இவர்கள் கையிலே இருக்கிற அரசியல் அதிகாரத்துக்குப் பயப்படுகிறார்கள், அவ்வளவுதான்.

**எப்பொழுது இந்த மடம் அதிகார மையமாக மாறியது?**

காங்கிரசு இயக்கம் வளர்கிற போதே, தேசிய இயக்கத்திற் குள்ளே வருணாசிரம தர்மத்தை உயர்த்திப் பிடிக்கிற போக்கும், அதனை நம்புகிறவர்களும் இருந்தனர். சிலருக்கு அது தேவையான தாக இருந்தது. காந்தி இந்த மடாதிபதியைச் சந்தித்த பின்புதான் தன்னுடைய வருணாசிரம தர்மத்தின் மீதான நம்பிக்கையை அரசியலாக வெளியிடுகிறார். பின்னர் தேசிய இயக்கத் தலை வர்கள், ஆர்.எஸ்.எஸ் இயக்கம் இவர்களுக்கெல்லாம் பிறப்பு வழிபட்ட மேன்மை, 'பிராமணர்கள் ஆக உயர்ந்த சாதி' என்ற பெயர் என்பவை எல்லாம் தேவையாக இருந்தன. அதைச் சொல்லிக் கொண்டிருக்கிற மடம் இது என்பதாலே இந்த மடத்திற்கு வந்து போனார்கள். தேசிய இயக்கத்தின் வளர்ச் சியோடு அதன் துணை விளைவாக இதுவும் வளர்ந்தது.

*1928*இல் காந்தி இந்த மடத்திற்கு வந்து போகிறார். காந்தியடிகள் இந்த மடத்திற்கு வந்த காரணத்தினாலும் ராஜாஜியினுடைய ஆதரவினாலும்தான் இந்த மடத்திற்கு அரசியல், செல்வாக்கு வளர்ந்தது. அதற்கு முன்பு யாரும் இதனைச் சீண்டிப் பார்த்ததில்லை. காலனி ஆட்சியின் தொடக்கப் பகுதியில் எந்த மரியாதையும் கிடையாது. எல்லா மடங்களையும் போல சின்ன மடமாக இருந்தது. இதற்கு முன்னால் இருந்த சங்கராச்சாரி நன்றாக சமஸ்கிருதம் படித்தவர். அவர் தன் சாதி மக்களுக்கு மிக மிக உண்மையாக நடந்து கொண்டவர். ஆனால், வருணாசிரமம் வேண்டும் என்று திரும்பத் திரும்பச் சொன்னார். பெண்களுடைய சுதந்திரத்தை மட்டுப்படுத்தினார். ஆனால் இவரைப்போல அவர் எதையுமே வெளிப்படையாகப் பேசவில்லை. அவரிடம் இவருடைய கொள்கைதான் இருந்தது. அவருடைய உரைத்தொகுப்புகளைப் படித்துவிட்டு ஒருவர் தெய்வத்தின் குரலா? தில்லுமுல்லா என்றே ஒரு மறுப்பு நூல் எழுதினார். அதாவது வருணாசிரம தர்மம் பார்ப்பன சாதியின் நலன்களுக்காக என்றுதான் இருந்தது. அதையே அவர் சனாதன தருமம் என்ற பெயரிலே சொன்னார். நாம்தான் அதைப்புரிந்து கொள்ளத் தவறிவிட்டோம். நாம் புரிந்துகொள்ளத் தவறியது ஏன்? புதிதாகப் படித்து வருகிற மற்ற சாதி மக்களுக்கு எல்லாம் புதிதாக ஒரு கருத்தியலை உருவாக்கிக்கொள்ள வேண்டும் என்றால் 30களிலும் 40களிலும் 50களிலும் ஆனந்தவிகடன், கல்கி, கலைமகள், வார, மாத இதழ்கள்தாம் இருந்தன. நாளிதழ்களில் தினமணி, இந்து, சுதேசமித்திரன்தாம் இருந்தன. குடியரசு, திராவிடநாடு போன்ற எதிர்ப்பியக்க எழுத்துக்களைவிட இந்த வகை சுகமான வாசிப்பிற்கான பத்திரிகைகளிடம் இரண்டு மூன்று தலைமுறைகள் ஏமாந்துவிட்டன. ஐம்பதுகளிலேதான் தினத்தந்தி பெரிதாகி வருகிறது. ஒரு பொதுக் கருத்தியலை உருவாக்குவது என்பது பிராமணர்களால் மட்டுமே முடிந்த போது அவர்கள் உருவாக்கிய கருத்தியல் அவர் மகா பெரியவர், நடமாடும் தெய்வம், அவருக்குத் தெரியாததே கிடையாது என்று கையிலே கிடைத்த அதிகாரத்தை இந்த மடத்திடம் சேர்த்தார்கள். தமிழ்நாட்டிற்கு வெளியேதான் அவர்களது அரசியல் அதிகாரம் நிறைய இருந்தது. தமிழ்நாட்டிலே காமராசர், பக்தவச்சலம் ஆகியோர் முதல்வராக இருந்தபொழுது இவர்களுக்கு அனைத்திந்திய அளவில் செல்வாக்கு இருந்ததே தவிர தமிழ்நாட்டில் கிடையாது. அதற்குப் பிறகு அவர் தேசாந்திரம் என்று சொல்லக்கூடிய யாத்திரை போனார். அதற்குப் பிறகு தான் அதிகாரம் பெருகிற்று. இன்னும் சொல்லப்போனால் ராஜாஜி காலத்திலும் டில்லியிலே பிரதமரின் அலுவலகமான

சவுத் பிளாக் (தற்போது கூட கைதான ஜெயேந்திரர் மரியாதை யுடன் நடத்தப்பட வேண்டும் என்பதில் பிரதமர் அலுவலகம் செலுத்திய தனிக்கவனம் குறிப்பிடத்தக்கது) என்று சொல்லக் கூடிய அதிகார மையத்திலே தமிழ்நாட்டுப் பிராமணர்கள் ஆதிக்கம் செலுத்தி வந்ததாலும், இந்த மடம் அனைத்திந்திய அளவிலே அதிகாரத்தை விரித்துக்கொள்ள முடிந்தது. இந்த மூத்த சங்கராச்சாரியார் இறந்த பொழுது அவரது இறுதி ஊர்வலத்தை அரசு தொலைக்காட்சியில் சரியாகக் காட்ட வில்லை என்று டில்லி அதிகார மையத்திலே தமிழ்நாட்டு பிராமண ஐ.ஏ.எஸ் அதிகாரிகள் மத்தியிலே வருத்தம் ஏற்பட்டது. வைணவப் பிராமணர்கள், சிவப்பிராமணர்கள் என்று எல்லாரும் சங்கராச்சாரியார் பக்தர்களாக வெளிப்படையாக மாறிவிட் டனர். இவர்கள் கையில் நேரடியாக அரசியல் அதிகாரம் சிக்கிக் கொண்டது.

***மறைந்த சங்கராச்சாரியாரை மகாபெரியவர் என்கிறார்களே? ஏன்?***

பிராமணர்கள், எழுத்து ஊடகத்தை வளைத்துக் கொண்ட தனாலே, அவர்களுக்கு மிக வசதியான அதிகாரம் செலுத்துகிற கோட்பாட்டு முறைமைகளைத் தேர்ந்தெடுத்துக்கொண்டார் கள். பெரிய முதலாளியின் மகன் கோடீஸ்வரனாக இருந்தாலும் பணியாளனுக்கு ‘சின்ன’ முதலாளிதான். இவர்கள் மட்டும் அந்தச் சின்ன என்ற வார்த்தையைப் பயன்படுத்துவதில்லை. நீதிமன்ற ஆவணத்தில் சிக்குடையார் (சிக்கவுடையார்) சின்ன மடாதிபதி என்றுதான் ஒருகாலத்தில் இருந்தது. இவர்கள் பெரியவர் என்று சொன்னால் அவர்கள் வாரிசைச் சிறியவர் என்று சொல்வதுதானே உலகத்தில் நடைமுறை. கோடீசுவரக் குடும்பங்களிலும் அதுதான் நடக்கிறது. ஆனால் ஆனந்த விகடன், கலைமகள், கல்கி இவர்களெல்லாம் அந்தக் காலத் திலேயே புதுவார்த்தையைக் கண்டுபிடித்தார்கள். இரண்டா வது சங்கராச்சாரியை இளையவர் என்று சொல்லாமல் புதுப் பெரியவர் என்று சொன்னார்கள். சரி மூன்றாவது சங்கராச் சாரியைக் கொண்டு வந்தார்கள். இவரை என்ன சொல்வார்கள் என்று பார்த்தோம். இளைய சங்கராச்சாரி என்று சொல்வார் கள் என்றால் அவர் பெரியவர் அடுத்துப் புதுப் பெரியவர் அடுத்தவரை பாலபெரியவர் என்று சொன்னார்கள். இது பிராமணியத் தன்மை தன் சாதிய மேலாண்மையினைத் தக்க வைத்துக் கொள்வதையே காட்டுகிறது. மற்ற மடங்களில் இளைய மடாதிபதி என்று சொல்வார்கள். இவர்கள் மட்டும் சின்ன என்ற வார்த்தையைச் சொல்லிவிடக் கூடாது என்பதற்காக

அவரை மகாப்பெரியவர் என்கிறார்கள். மக்கள் மொழியின் மீதான வன்முறை இது. அது போலவே மூத்த மடாதிபதி உயிரோடு இருந்தபோது அவரைத் தெய்வம் என்றார்கள். அவரது உரைகளைத் தொகுத்துப் புத்தகமாகப் போட்ட போது அந்தப் புத்தகத்திற்குத் தெய்வத்தின் குரல் என்று பெயர் வைத்தார்கள்.

**இந்த மடத்திலுள்ளவர்கள் ஸ்மார்த்தப் பிராமணர்கள் என்கிறீர்கள். ஆனால் இதற்கு ஆதரவு கொடுப்பவர்களில் கணிசமானவர்கள் வைணவ மற்றும் சைவ பிராமணர்கள்தானே?**

சிவப்பிராமணர்களோ, வைணவப் பிராமணர்களோ இந்த மடத்திற்கு ஆதரவு தர மாட்டார்கள். உள்ளே நுழையவும் மாட்டார்கள். எல்லாருக்கும் மேலே ஒரு சாதி இருக்கிறதல்லவா? பணக்காரர்கள், குறிப்பாகப் பெரும் பணக்காரர்கள். இந்த மடம் சாதி வித்தியாசமின்றிப் பெரும் பணக்காரர்களின் ஆதரவைத் தனக்காக்கிக் கொண்டுள்ளது. இப்பொழுது பத்திரிகைகளில் இது குறித்து செய்தி வருகிறது. ஏ.சி. முத்தையா செட்டியார் தமிழ்நாட்டினுடைய பெரிய தொழிலதிபர். கோடீஸ்வரர். அவரின் மனைவி மடத்திற்கு வழக்கமாக வந்து போகிறவராக இருந்திருக்கிறார். அவருக்கு அம்மடத்தில் எந்தவித ஆன்மீக உரிமையும் கிடையாது. இருக்க முடியாது. பெரும் பணக்காரர்கள் மட்டுமே சாதி கடந்து இந்த மடத்தின் ஆதரவாளர்கள் ஆனார்கள். தவிர, சைவப் பிராமணர்களோ, வைணவப் பிராமணர்களோ, ஏழைகள், எளிமையானவர்கள் இவர்கள் ஆதரவாளர்கள் அல்லர். அதனால்தானே சங்கராச்சாரியார் காஞ்சியில் கைது செய்யப் பட்ட பொழுது காஞ்சியில் எதிர்ப்பு இல்லை. அவருக்கு ஆதர வாக எந்த நடவடிக்கையும் இல்லை என்பது மட்டுமல்ல, வைணவப் பிராமணர்கள் காஞ்சி வரதராஜப் பெருமாள் கோயில் முன்பாக வெடி போட்டுக் கொளுத்தித் தங்கள் மகிழ்ச்சியினைத் தெரிவித் திருக்கிறார்கள்.

**மறைந்துபோன சங்கராச்சாரியாரின் பேச்சுக்களை தெய்வத்தின் குரல் என்றார்கள். ஜெயேந்திரரின் ஆன்மீகம் குறித்து?**

வெளிப்படையாகவே ஜெயேந்திரர் படிப்பாளி அல்ல. இவருக்கு வேதப் பயிற்சியோ, மற்ற பயிற்சிகளோ கிடையாது. அதைப் பற்றியே பேசுவதும் கிடையாது. இவர் சொன்னதெல்லாம் பெண்கள் வேலைக்குப் போகக்கூடாது. விதவைப் பெண்கள் தரிசுநிலம் என்பது மாதிரியான கருத்துக்களை வெளிப் படையாகச் சொன்னவர். ஜெயேந்திரரிடமிருந்து எந்தக் கல்வி ஞானத்தையும் நாம் எதிர்பார்க்கவில்லை. அப்படித் தன்னைப்

பெரிய கல்விமானாக, ஞானியாக அவர் காட்டிக்கொள்ள வில்லை. எதுவும் பேசவில்லை. ஒருமுறை சொன்னார். "கருணாநிதி என்னைப் பற்றிச் சொன்னார். நான் தெய்வத்தைக் கேட்டுக் கொண்டேன். கருணாநிதியைப் படுக்கப் போட்டு விட்டது" என்றார். தொலைக்காட்சிப் பேட்டியில் வழக்கறிஞர் அருள் மொழி கேட்டது போல, துறவியானதற்கு யாரேனும் விழா கொண்டாடுவார்களா? இவர் தன்னுடைய துறவின் வெள்ளி விழாவினையும் கொண்டாடினார். இவர் துறவியாகி ஐம்பதாண்டு காலம் ஆனதற்கு விழா கொண்டாடினார். துறவு என்பது எல்லா வகையான பற்றுக்களிலிருந்து விலகி நிற்பது. இந்த மடத்தில்தான் கனகாபிஷேகம் நடந்தது. துறவிக்கு எதற்குத் தங்கம். மடத்திலே எதற்குத் தங்கம்? மடத்திலே தங்கம் வந்தால் அதைத் தொடர்ந்து வருகிற எல்லாக் கேடுகளும் வரத்தானே செய்யும். இது நிரூபிக்கப்படுகிறதோ நிருபிக்கப்படவில்லையோ, மக்கள் நம்புவதற்கான காரணங்கள் இருக்கின்றன. இவருக்கு தங்க மலர்களால் பூசை செய்யப்பட்டது. அரசியல்வாதி போல மலர்க்கிரீடம் சூட்டிக் கொண்டதும் நாம் கண்கண்ட உண்மை அல்லவா? இவர் மடாதிபதி இல்லை. ஒரு மறைமுகமான அரசியல் இயக்கமாகத் தன்னை வெளிப்படுத்தியுள்ளார்.

**இன்று கைது செய்யப்பட்டுள்ள 'சங்கராச்சாரி' தலித்துகளுக்கு நிறைய உதவிகள் செய்தார் என்கிறார்களே?**

அங்கு கிடக்கிற சொத்திலே ஒரு விழுக்காடு கூட மக்களுக்கு உதவியாக வந்ததில்லை. தலித் இயக்கம் வளர்ந்து கொண்டு இருக்கிறது. அதுவும் திராவிட இயக்கத்தையும் மீறி வளர்ந்து கொண்டு இருக்கிறது. இதனைத் தின்று செரிக்க வேண்டும் என்ற முயற்சியிலே இவர்கள் காட்டிய நாடகம். ஏற்கெனவே கையில் உள்ள ஊடகங்கள், தகவல் தொடர்பு சாதனங்கள் இருப்பதால் இவர்கள் எதைச் செய்தாலும் மிகப்பெரிய விளம் பரம் கிடைக்கிறது.

நம் கண் முன்னாலே தன்னை ஒரு தலித் தொடுவதற்குச் சங்கராச்சாரியார் அனுமதிப்பாரா? ஒரு தலித் வீட்டிலிருந்து ஒரு குவளை தண்ணீர் வாங்கி அருந்துவாரா? செய்ய மாட்டார். அப்புறமென்ன தீண்டாமைதானே! கொடுமையான தீண்டாமையை இன்றுவரை காப்பாற்றிக் கொண்டு இருப்பவர்கள் இந்தச் சங்கரமடத்தில் இருப்பவர்கள் மட்டும்தான். பிராமணர்கள் தவிர வேறு யாரும் இவர்களைத் தொடக்கூடாது. முதன் முறையாகக் கைது செய்யப்பட்டு வருகிற பொழுதுகூட, அந்த வேனில் பிராமணர்கள்தான் வரலாம் என்று சொல்லியிருக்

கிறார்கள். இன்னும் தீண்டாமையை அதனுடைய கொடுமையான உக்கிரமான வடிவத்தில் கடைப்பிடித்து வருகிறவர்கள், காஞ்சி மடத்துப் பிராமணர்கள்தான். சின்னவர் விஜயேந்திரர் அவராவது மற்ற சாதிக்காரரைத் தொடுவாரா? தொடமாட்டார்.

காஞ்சிபுரத்துக்கு அருகில் கூத்தரப்பாக்கம் கிராமத்திலே தலித்துக்கள் கோயிலுக்குச் சென்று வழிபாடு செய்ய உரிமை கேட்டதற்கு சங்கராச்சாரி கட்டைப் பஞ்சாயத்திற்குப் போனார். “நீங்கள் தனிக்கோயில் கட்டிக்கொள்ளுங்கள்” என்றார். தலித் பிள்ளையார் வேறு உயர்சாதிப் பிள்ளையார் வேறா? அவர்கள் அப்படித்தான் கருதினார்கள். இந்துவாக இருக்க வேண்டும். ஆனால் அடிமைத்தனத்தின் அனைத்து விதிகளையும் ஏற்றுக் கொள்ள வேண்டும் என்று இவர்கள் நினைக்கிறார்கள். இரண்டாவது தலித் மக்கள் சுத்தமாக இல்லை என்று சொன்னார்களே. அதுவே அவர்களைக் கொச்சைப்படுத்துவதும் அசிங்கப் படுத்துவதுமான வேலைதானே.

சில தலித் தலைவர்களிடையில் இருக்கிற அதிகாரப் போட்டியில் ஒன்றிரண்டு தலைவர்கள் இவர்கள் பக்கம் ஆதரித்துக் கொண்டு இருக்கிறார்கள். இதுதான் நடந்தது. கக்கன் பிறந்த தும்பைப்பட்டிக்கு வருகிற பொழுது தலித் மக்கள் பெரிய சாமியார் வருகிறதால் உணர்ச்சி வசப்பட்டு காலில் விழுந்து வணங்கிவிடக் கூடாது என்று சொல்லி யாராவது தெரியாமல் தொட்டுவிட்டால் என்ன செய்வது என்று காலிலே பட்டுத்துணிக் கட்டிக் கொண்டுதான் நின்றார். அந்தளவுக்கு கொடுமையான தீண்டாமையைக் கடைப்பிடித்தவர். தீண்டாமை ஒழிப்பு தண்டனைச் சட்டத்தின் கீழ் நடவடிக்கை எடுக்க முழுத்தகுதி வாய்ந்தவர் இவர். தீண்டாமைக் கொடுமையைச் சங்கராச்சாரியார் இன்னமும் பின்பற்றிக் கொண்டுதான் இருக்கிறார். அதை அரசாங்கம் பார்த்துக்கொண்டுதான் இருக்கிறது. அவரை அழைத்து வருகிற காவல் துறையினரை அதிகாரிகளைக் கூட நாம் தொலைக்காட்சியில் பார்க்கலாம். மற்ற குற்றவாளிகளைப் போல நடத்தாமல் அவரை ஓரிடத்திலிருந்து தனியே நடத்தி கூப்பிட்டு வருவதைப் பார்க்கலாம்.

**இந்தக் கைது நடவடிக்கையின் முடிவு என்னவாக இருக்குமென்று நினைக்கிறீர்கள்?**

கைது நடவடிக்கையின் முடிவு என்பது ஒரு வழக்கைப் பொறுத்த விசயம். நீதிமன்றத்தைப் பொறுத்த விசயம். ஆனால் இந்த மடம் மக்களுக்கான மடமல்ல. தீண்டாமையைக் கடைப் பிடிக்கிற, பிராமணர்களில் ஒரு பிரிவினரின் நலன்களுக்காக

மட்டும் நடக்கிற மடம். தமிழ்நாட்டில் இருக்கிற எல்லா மடங்களிலும் தமிழ்மொழியை வழிபாட்டில் விலக்கி வைத்திருக்கிற ஒரே மடம். எல்லா மடங்களிலும் நடைபெறும் ஒழுக்கக்கேடு இந்த மடத்திலும் இருக்கிறது என்பது மக்களுக்குத் தெரிந்து போயிற்று.

வேறு வழியில்லாமல்தான் இந்தப் பத்திரிகைகள் சில விசயங்களையாவது இப்பொழுது வெளியிடுகின்றன.

மக்கள் ஆதரவாக என்றில்லாமல் பத்திரிகையின் ஆதரவினால் கட்டி எழுப்பப்பட்ட மடத்தின் பிரம்மாண்டம் உடைந்து போய்விட்டது. ஏனென்றால் ஒரு காலத்தில் நூற்றுக்கு நூறு பேராதரவு தெரிவித்த பத்திரிகைகள் எல்லாம் சங்கரமடத்திற்கு வந்தாக வேண்டும். சங்கர மடத்தை ஆதரித்து எழுத வேண்டும் என்று இருந்தது, பெரியாரின் குரல் மட்டும் ஒற்றைக் குரலாகத் தொடர்ந்து ஒலித்தது. இன்று இந்த மடத்தின் பிரம்மாண்டம் மணற்கோட்டை போல் சரிந்துவிட்டது. ஆனால் 1932லேயே சங்கராச்சாரியைப் பெரியார் கண்டித்து எழுதியிருக்கிறார். பெரியாரை மக்கள் சரியாகத்தான் புரிந்துகொண்டார்கள். சங்கராச்சாரியார் கைதுக்குத் தமிழ்நாட்டில் ஒருசதவீத மக்கள் கூட எதிர்ப்புத் தெரிவிக்கவில்லையே. இந்த மடம் மக்களாலோ தத்துவத்தாலோ வளர்ந்ததல்ல.

உயர்வு தாழ்வு வித்தியாசம் முதலியவை கொண்ட மடாதிபதிகளை எல்லாம் சிறையில் அடைத்துவிட வேண்டும். பொது ஜனங்கள் கிளர்ச்சி செய்தால் மடாதிபதிகளைத் தீவாந்திரத்திற்கு அனுப்பிவிட வேண்டும் என்று 1928லேயே பெரியார் பேசியிருக்கிறார்.

அன்றே மடாதிபதிகளைச் சரியாகப் புரிந்துகொண்டு பேசிய பெரியாரை இன்றாவது புரிந்துகொள்ள முயல்வார்களா?

நான் திரும்பவும் சொல்கிறேன். எல்லா மடங்களும் ஒவ்வொரு சாதிக்குரியன. எல்லா மக்களுக்கும் உரிய மடம் என்ற ஒன்று கிடையாது. மடங்களினுடைய செயல்பாடுகள் இப்படித்தான் இருக்குமென்று மக்கள் புரிந்துகொள்ள வேண்டும். அதுதான் பெரியாரியச் சிந்தனைக்கு வெற்றி. அரசியல் கட்சிகள் எல்லாம் சாதிமயமாகிக் கொண்டிருக்கின்றன. அதிகாரக் கட்டுமானம் மடங்களில் உள்ள ஒதுக்கல்கள் எல்லாம் பத்திரிகைகளில் வந்து கொண்டிருக்கின்றன. எந்த மடமும் மதிப்புக்குரிய

மடமல்ல. எந்த மடமும் எல்லோருக்கும் உரியதல்ல. குறிப்பிட்ட சாதிக்குரியது என்று புரிந்துகொள்ள வேண்டும். அந்தச் சாதியினரின் நலனுக்காகத்தான் மடங்கள் இருக்கும். எல்லா மடங்களும் தங்களின் மதத்துவத்தைக் கைவிட்டு நெடுங்காலமாகி விட்டது. சாதி சார்ந்துதான் மடங்கள் இயங்குகின்றன. சாதி சார்ந்து இயங்குகின்ற அரசியல் கட்சிகளைப் பற்றிப் பேசுகிறோம். ஆனால் சாதி சார்ந்து இயங்குகின்ற மடங்களைக் கண்டு கொள்ளாமல் விட்டுவிட்டோம்.

**தமிழ்ப் பத்திரிகைகள் பலவாறாகச் சொல்கின்றனவே. எது உண்மை?**

எது உண்மையோ உண்மை இல்லையோ? நமக்குத் தெரிந் திருக்கிற விவாதத்திற்கு அப்பாற்பட்ட உண்மைகளைப் பற்றி மட்டும் பேசலாம். இந்த மடம் ஏராளமான சொத்துக்களைத் திரட்டியிருக்கிறது. ஏராளமான சொத்துக்கள் இருக்கும் பொழுது நடைபெறும் கேடுகள் இங்கும் நடந்திருக்கிறது. மடங்களுக்கும் கொலைகளுக்கும் வரலாறு நெடுகிலும் சம்பந்தம் உண்டு. எல்லா மடங்களின் அழிவுகளுக்கும் அம்மடங்களில் உள்ளாக நடைபெறும் ஒழுக்கக்கேடுகள்தான் காரணம். இந்த மடத்திலும் அது நடந்தது. இந்த மடம் பொதுவிதிக்கு அப்பாற்பட்டது என்ற மாதிரி நினைத்துக்கொள்ளக் கூடாது. அப்படிக் காட்டிக் கொண்டிருந்த பத்திரிகைகள் காட்சி ஊடகங்கள் இதையும் இன்றைக்கு விவாதத்திற்குள்ளாக்க வேண்டும்.

**ஜெயேந்திரர் இன்று கைது செய்யப்பட்டிருக்கின்றார். இவரது கைது அரசியலை உலுக்கியிருக்கிறது. இதன் விளைவுகள் என்னவாகவும் இருக்கலாம். காஞ்சி மடம் குறித்த ஒரு பிம்பம் இன்று சிதைந்துள்ளது. இதை நீங்கள் எப்படிப் பார்க்கிறீர்கள்?**

நீங்கள் சொன்னதுபோல எந்த மடாதிபதி கைதும் அரசு நிர்வாகத்தை உலுக்கியது கிடையாது. ஏனென்றால் இவர் ஒரு அரசியல்வாதி போலதான் செயல்பட்டார். அரசியல்வாதி களால் தீர்க்க முடியாத அயோத்திப் பிரச்சனையைத் தான் தீர்ப்பதாக விமானமேறி டெல்லிக்குப் போனார். எதுவும் நடக்க வில்லை. எல்லா மதத்திற்கும் ஒரு நுண்ணரசியல் தளம் உண்டு. திருநாவுக்கரசருக்கும் திருஞானசம்பந்தருக்கும் கூட ஒரு நுண் அரசியல் தளம் இருந்தது. ஆனால் இவர் வெளிப்படையாக ஓர் அரசியல் கட்சித் தலைவரைப் போலவே நடந்து கொண்டார்.

இந்து மதவாதக்கட்சிகள் அதற்குத் துணைசெய்தன. அரசியல் வாதிகள் போல் மலர்க்கிரீடம் வாங்கினார். இதன் பிறகும் இந்த மடத்தை ஆன்மீக ரீதியான நிறுவனம் என்று நாம் நினைத்துக் கொண்டால் நாம் முட்டாள்களாவோம். இது ஒரு அரசியல் இயக்கமாகத் தன்னைக் காட்டிக்கொள்ளவில்லையே தவிர அவ்வாறுதான் செயல்பட்டு வந்தது. இப்பொழுது இதற்கு வந்துள்ள ஆபத்து அரசியல் உலகத்தையும் பாதிக்கிற விஷயமாக உள்ளது. எளிய மக்களே நிறைந்து இருக்கிற இந்த நாட்டில் அவர்கள் சொல்கிற கோடிக்கணக்கான வரவு செலவுகளைப் பார்த்தால் இது ஆன்மீகம் பேசக்கூடிய இடம்தானா? என்று அச்சமாக இருக்கிறது. இது என்ன விளைவுகளை உண்டாக்கும் என்று கணிக்க இயலவில்லை.

என்ன விளைவுகளை உண்டாக்க வேண்டும் என்று ஆசைப் படுகிறோம் என்றால் மடங்கள் இப்படித்தான் இருக்கும். இது பொதுவிதி. இந்த மடமும் தப்பவில்லை. இந்த மடத்தைப் பற்றிச் சொல்லப்பட்டு வந்த ஊடகங்களால் உருவாக்கப்பட்டு வந்த தெய்வீக, புனித பிம்பங்கள் அனைத்தும் பொய்யான வையே என்று மக்கள் புரிந்துகொள்ள வேண்டும். ஆன்மீக ஊழல்வாதிகள் எப்போதாவதுதான் பிடிபடுவார்கள். எனவே மக்கள் மிகுந்த எச்சரிக்கையாக இருக்க வேண்டியது இவர் களிடம்தான். இதுதான் நமக்குக் கிடைத்திருக்கும் பாடம்.

❖

# 3
## 'இந்து' தேசியம்
## இந்திய தேசிய உருவாக்கத்தில் பார்ப்பனியத்தின் பங்கு

பதினெட்டாம் நூற்றாண்டின் நடுப்பகுதி முதலாகக் கிழக்கிந்தியக் கம்பெனியின் படைகள் தமிழ்நாட்டின் தென்கோடிப் பகுதிவரை எவ்விதப் பேரெதிர்ப்புமின்றி ஊடுருவிச் சென்றன. எனவே பதினெட்டாம் நூற்றாண்டின் இறுதியில் ஏறத்தாழத் தமிழ்நாடு முழுவதும் அப்படைகளின் கையில் வந்துவிட்டது. 1752இல் தொடங்கி 1799க்குள் அவர்கள் தமிழ்நாட்டின் நிலவரி வசூலை முழுவதுமாகத் தமதாக்கிக் கொண்டனர். இதன் இறுதிக் கட்டமாகத் தென்தமிழ்நாட்டின் 1799இல் வீரபாண்டியக் கட்டபொம்மனும், 1801இல் மருது சகோதரர்களும் தூக்கிலிடப் பட்டனர். இதன் பின்னர் நீதித்துறையும் இராணுவமும் சார்ந்த ஒரு முழுமையான அரசாங்கத்தை உருவாக்கும் முயற்சியில் காலனி அரசாங்கம் ஈடுபட்டது.

வங்காளம் உள்ளிட்ட கிழக்கிந்தியப் பகுதிகளில் அரசாங்கத்தை உருவாக்கிய முன் அனுபவம் காலனி அரசுக்கு இருந்தது. வங்காளத்தில் நீதித்துறையை ஒழுங்குபடுத்தும் முயற்சியில் சர்.வில்லியம் ஜோன்ஸ் ஈடுபட்டார். உள்நாட்டு நீதிமுறைகளை அவர் தொகுத்துத் திரட்டி அதற்கு இந்து சட்டம் (Hindu Law) எனப் பெயரிட்டார். கிறித்தவரல்லாத, இசுலாமியரல்லாத பெருந்திரளான மக்களைக் குறிக்க ஐரோப்பியர் வழங்கிய 'இந்து' என்னும் சொல் முதன்முதலாக அதிகார அங்கீகாரம் பெற்றது. அப்போதுதான் 1801இல் திருப்பத்தூரில் தூக்கிலிடப்பட்ட பெரியமருது தன்னுடைய மரணவாக்குமூலத்தில் கம்பெனி அதிகாரிகளுக்கு வைத்த கோரிக்கைகளில் ஒன்று. 'நான் கோயில் களுக்கும் அறநிலையங்களுக்கும் வழங்கிய சொத்துக்களைக் கம்பெனியார் பறிக்கக் கூடாது' என்பதுதான் அது. ஆட்சி அதிகாரத்தைத் தக்கவைக்க முயன்று கொண்டிருந்த கம்பெனி

அரசு இந்தக் கோரிக்கையை அப்படியே ஏற்றுக்கொண்டது. அத்துடன் உள்நாட்டு மக்களின் மத உணர்வுகளைச் சீண்டிவிடக் கூடாது என்பதில் அது முன்எச்சரிக்கை உணர்வுடன் 1817 வரை நடந்துகொண்டது. இந்தக் காலப் பகுதியினை அரசு ஆவணங்கள் நடுநிலைக் காலம் (Period of Nuturality) என்று குறிப்பிடுகின்றன. இக்காலத்தில் கம்பெனி அரசாங்கம் கோயில் நிலங்களுக்குரிய வரியினை மட்டும் பெற்றுக்கொண்டிருந்த மாவட்ட ஆட்சித் தலைவர்கள் கோயில் நிர்வாகத்தில் சிக்கல் ஏற்பட்ட போதெல் லாம் வருவாய் ஆணையத்தின் (Board of Revenue) ஆணையைப் பெற்றே நடவடிக்கை எடுத்தனர்.

வட இந்தியாவை விட பார்க்கத் தமிழ்நாட்டில் பெருங் கோயில்களும் மடங்களும் எண்ணிக்கையில் மிகுதி. விளை நிலங்களில் 90% இவற்றுக்கு உரியதாகவே இருந்தன. இக்கோயில்கள் அனைத்தும் பார்ப்பனர்களின் முழுமையான கட்டுப்பாட்டில் இயங்கி வந்தன. (விதிவிலக்காகச் சில மடங்களும், விளைநிலங் களும் வேளாளர் கையில் இருந்தன). சொத்துடைமை நிறுவன மான கோயில் வழியாகப் பார்ப்பனர்கள் பெருந்திரளான மக்களின்மீது தங்களின் அதிகாரத்தைச் செலுத்த முடிந்தது. கோயிற்பணியாளர் வரிசையிலும் இசைக்காரர், கொத்தர், தச்சர் தவிர அருச்சகர், பரிசாரகர், மடைப்பள்ளியார், ஸ்தலத்தார் என்று பார்ப்பனர்களே எண்ணிக்கையிலும் மிகுதியாக இருந்தனர். எனவே அரசு என்னும் நிறுவனத்துடன் தொடர்பு கொள்ளப் பார்ப்பனர்களுக்கு மட்டுமே வாய்ப்பிருந்தது. பெருந்திரளான மக்களின் கையில் இருந்த ஒரே நிறுவனம் உள்ளூர்ச் சாதிக்குழு (Local Caste Assembly) மட்டுமே. சொத்துடைமையற்ற இந்தக் குழுக்களுக்கு வேறு வலிமை ஏதும் இல்லை. இவை வட்டார அளவில் சடங்குகளால் பிணைக்கப்பட்டவை மட்டுமே. இந்தப் பின்னணியில்தான் 1817இல் காலனி அரசு கோயில்களையும் மடங்களையும் ஒழுங்குபடுத்தும் (Regulations VII of 1817) சட்டத்தைக் கொண்டு வந்தது.

1830களில்தான் பத்திரிகைகள், பொதுக்கல்விப் பள்ளிகள் என்னும் புதிய சமூக நிறுவனங்கள் தமிழ்நாட்டில் அறிமுகமாயின. அதற்கு முன்னர் ஐரோப்பிய மிஷனரிகள் தங்கள் முயற்சியில் சிறிய அளவிலான கல்வி முயற்சிகளைச் செய்திருந்தனர். சென்னையை அடுத்து தென்தமிழ்நாட்டின் திருநெல்வேலிப் பகுதியில் ஒடுக்கப்பட்ட மக்கள் கணிசமான அளவு கிறித்து வத்தைத் தழுவியிருந்தனர். எனவே மேல்சாதியினரின் நடுவில் அரசதிகாரம் பிற மதத்தினரின் கையில் இருப்பது ஓரளவு உணரப்பட்டது. மறுதலையாக சில மிஷனரிகள் முயற்சியால்,

கிறித்துவர்களாக மாறிய தாழ்த்தப்பட்ட மக்களை பழைய வழக்கப்படி ஊர்க்கோயில் திருவிழாக்களில் ஊழியம் செய்ய மேல்சாதியார் கட்டாயப்படுத்தக்கூடாது என்று அரசு ஒரு ஆணை வெளியிட்டது. இதனைப் பொறுக்கவியலாத மேல்சாதியார் அரசு தங்கள் மத வழக்கங்களில் தலையிடுவதாகக் குற்றஞ்சாட்டினர். காலனி ஆட்சிக்கான தங்கள் முதல் எதிர்ப்பை மேல்சாதியார் இவ்வாறு சாதி சார்ந்தும் மதம் சார்ந்துமே பதிவு செய்தனர். ஏனென்றால் மரபுவழிச் சமூகத்தில் சாதியும் மதமும் (குறிப்பாகப் பார்ப்பனர்களுக்கு) நாணயத்தின் இரண்டு பக்கங்களைப் போல் பிரிக்க முடியாதபடி அமைந்திருந்தன. 1834இல் சென்னைப் பல்கலைக்கழகத்தின் முன்னோடியாகத் தொடங்கிய சென்னை உயர்நிலைப் பள்ளியில் 1855 வரை தாழ்த்தப்பட்ட வகுப்பினருக்கு அனுமதி இல்லை. 1851இல் தாழ்த்தப்பட்ட வகுப்பினரை அனுமதித்ததால் பல்கலைக்கழக மேலாண்மைக் குழுவிலிருந்து ஒரு 'இந்து' உறுப்பினர் பதவி விலகினார். 1855 வரை இந்தப் பள்ளியிலிருந்து தகுதி காண் பட்டயம் (Proficiency Degree) பெற்ற 36 பேரில் 20 பேர் பார்ப்பனர்களே என்றும் 1859இல் ஆங்கிலேய அரசு முதன் முறையாகத் தேர்ந்தெடுத்த துணை ஆட்சியர் (Deputy Collector) 40 பேரில் இந்தப் பள்ளியில் பயின்ற பார்ப்பனர்களே பெருந் தொகையினர் என்றும் ஆர். சுந்தரலிங்கம் எடுத்துக்காட்டுகிறார்.

மேற்குறித்த நிகழ்வுகளில் இருந்து நாம் பெறக்கூடிய செய்தி ஒன்றுண்டு. அதுவரை பார்ப்பனர்கள் மட்டுமே பெற்று வந்த வேதக்கல்வியும் வடமொழிக் கல்வியும் தம் அதிகாரத் தகுதியை இழந்துவிட்டன. சமூக அதிகாரம் சார்ந்த கல்வி என்பது ஆங்கிலக் கல்வியாக மாறிவிட்டது. அது பொதுக்கல்வியாக இருந்தபோதும் மக்கள் திரளில் சிறுபான்மையினராக இருந்த பார்ப்பனர்கள் புதிய அதிகாரத்தைத் தேடி ஆங்கிலக் கல்விக்குள் முதலில் நுழைந்து கொண்டனர்.

தேசம், தேசியம், இந்து, இந்திய நாகரிகம், திராவிடம் முதலிய கருத்தாக்கங்கள் அக்காலத்தில் முழுமையாக உருப்பெறவில்லை. 1866இல் வங்கத்தைச் சேர்ந்த கேசவசந்திரசென் பிரம்ம சமாஜத்தின் பிரதிநிதியாக தமிழ்நாட்டில் சுற்றுப்பயணம் செய்கின்றார். ஆங்கிலக் கல்வி கற்ற பார்ப்பனர்கள் அவரால் மீட்கப்படுகின்றனர். பிரம்ம சமாஜத்தின் கருத்துக்கள் மொழி எல்லை களைத் தாண்டி இந்திய ஆன்மீகத்தை உருவாக்கும் என்பதை அவர்கள் கண்டுகொண்டனர். பார்ப்பன, பௌராணிக மரபு களால் கொண்டாடப்பட்ட 'பரத கண்டத்தின்' உயிர்ப்பை அது மீட்டெடுக்கும் என அவர்கள் நம்பினர். இந்தக் காலகட்டம்

தொடங்கி பிற்படுத்தப்பட்ட மக்கள் திரள் இதற்கு வெளியில் தங்கள் சாதி அடையாளத்தைத் தேடத் தொடங்கினர். இதனைச் சாதியப் பத்திரிகைகளின் தொடக்க காலம் எனலாம்.

மொழி எல்லைகளைக் கடந்த தேசியம் என்ற கருத்தாக்கம் பார்ப்பனர்களுக்கு ஏற்புடையதாக இருந்ததால் 1880இல் பி. சிவசாமி அய்யரும், அனந்தாச்சார்லு என்பவரும் சேர்ந்து 'மெட்ராஸ் மகாஜன சபா' என்ற அமைப்பினைத் தொடங்கினர். இதுவே தமிழ்நாட்டில் இந்திய தேசியம் பேசிய முதல் அமைப்பாகும். இந்த அமைப்பின் முன்னணித் தலைவர்களில் சேலம் இராமசாமி முதலியார் தவிர எஞ்சிய அனைவரும் பார்ப்பனர்கள். 1884இல் இவர்கள் சென்னையில் தங்கள் அமைப்பின் முதல் மாநாட்டைக் கூட்டினர். காலனிய அரசுக்கு இந்திய தேசியம் என்ற கருத்தாக்கம் அன்றைக்குத் தேவையாக இருந்தது. 1881இல் பணி ஓய்வு பெற்ற ஃகியூம் (Hume) என்ற ஐசிஎஸ் அதிகாரி இவர்களோடு (சில கருத்து வேறுபாடுகளுடன்) இணைந்து வேலை செய்ய முன்வந்தார். அதன் விளைவாக 1884இல் புனா நகரில் நடந்த காங்கிரஸ் மாநாட்டிற்கு 8 பேர் சென்றனர். இவர்களில் 6 பேர் பார்ப்பனர்கள். 1881இல் பிரம்மஞான சபை நிறுவிய கர்னல் ஆல்காட்டும், பிளாவட்ஸ்கி அம்மையாரும் சென்னை வந்தனர்.

ஆரிய நாகரிகமும் வடமொழி வேதங்களும் உலகிற்கே வழி காட்டும் என்பது அவர்களது கருத்தாகும். அழைப்பின் பேரில் அப்பொழுது கிறித்துவம் கணிசமாகப் பரவியிருந்த திருநெல்வேலிக்கு அவர்கள் சென்றனர். திருநெல்வேலி நெல்லையப்பர் கோயிலில் பூரண கும்ப மரியாதையும், வரவேற்பும் அவர்களுக்கு அளிக்கப்பட்டது. கோயில் வளாகத்தில் அவர்கள் இருவரும் கூட்டம் ஒன்றிலும் பேசினர். "மலை மீது கட்டப்பட்ட கோட்டை போல இந்திய நாகரிகம் என்பது வேதங்களின் மீதும் புனித நூல்களின் மீதும் கால் கொண்டு நிற்கின்றது" (An Indian Civilization resting upon the vedas and other National Works is like a strong castle built upon rocks) என்பது ஆல்காட் வெளியிட்ட கருத்தாகும். ஆரியன் என்ற கருத்தாக்கம், இந்து என்ற கருத்தாக்கம் இரண்டும் உருவாகி வந்த இந்திய தேசியத்திற்குள் புகுந்து கொண்டன. பின்னர் வந்த இந்திய தேசியக் காங்கிரசின் பெரும் தலைவர்களான திலகர், ரானடே, பண்டித மதன் மோகன் மாளவியா, அன்னிபெசன்ட் ஆகியோரும் இதே கருத்தாக்கங்களையே உயர்த்திப் பிடித்தனர். 1927இல் தமிழ்நாட்டில் காந்தியடிகள் வெளிப்படையாகவே

வர்ணாசிரம தர்மத்தை ஆதரித்துப் பேசினார். அதுவே பெரியாரை தேசிய இயக்கத்திலிருந்து முற்றிலுமாக வெளியேறச் செய்தது.

இந்திய தேசியத்திற்குள் பார்ப்பனியம் ஊடுருவிய போதெல்லாம் அதற்கான எதிர்ப்பு தமிழ்நாட்டில் இருந்துதான் வந்தது. அயோத்திதாசப் பண்டிதர், மறைமலையடிகள், திராவிட இயக்க மூலவர்கள், பெரியார் ஈ.வெ.ரா என்று இந்திய தேசியத்திற்கு மாற்றான ஒரு கருத்தியலை முன்வைத்ததில் தமிழ்நாட்டிற்குப் பெரும் பங்குண்டு.

பெரியாரின் போராட்ட உணர்வு முழுவீச்சினை அடைவதற்குச் சற்று முன் தமிழ்நாட்டில் நடந்த ஒரு முயற்சியினை இங்கே பதிவு செய்வது நல்லது. 1921இல் தமிழ்நாட்டில் நீதிக்கட்சி ஆட்சிப் பொறுப்பேற்று அறநிலையப் பாதுகாப்பிற்கான சட்ட முன்வரைவு 1924இல் வெளிவந்தது. இந்த சட்ட முன்வரைவில் இருந்த 'இந்து' என்ற சொல்லை தமிழ் நாட்டுச் சைவர்கள் கடுமையாக எதிர்த்தார்கள். 1924ஆம் ஆண்டு டிசம்பர் செந்தமிழ்ச் சைவர்கள் கடுமையாக எதிர்த்தார்கள். 1924ஆம் ஆண்டு டிசம்பர் செந்தமிழ்ச் செல்வி இதழில் பின்னிணைப்பாக இந்த சட்ட முன்வரைவு விமர்சனம் செய்யப்பட்டுள்ளது. 'இந்து' என்று சொல்லப்படும் பிரிவில் சைவம், வைணவம், லிங்காதயம், ஸ்மார்த்தம் என்ற பல பிரிவுகள் உள்ளன. எனவே இந்த முன்வரைவு ஒவ்வொரு சமயத்தைப் பற்றியும் தனித்தனியாகக் கணக்கிட வேண்டும். இந்து என்ற சொல் ஸ்மார்த்தர்களுடையது என்பதே இந்த விமர்சனத்தின் சாரம். அதே இதழில் "ஸ்மார்த்தக் கலப்பால் சிவாலயங்களில் ஏற்படும் இடையூறுகள்" என்று ஒரு கட்டுரையினை வழக்கறிஞரும் தமிழறிஞருமான கா.சு. பிள்ளை எழுதியுள்ளார். சங்கராச்சாரியாரை குருவாகக் கொண்ட ஸ்மார்த்தப் பார்ப்பனர்கள் ஆகம விதிக்குப் புறம்பானவர்கள். ஆகம நெறிக்குட்பட்ட சிவாலயங்களை அவர்கள் கைப்பற்ற முயற்சிக்கிறார்கள் என்று குற்றம் சாட்டுகின்ற கா.சு. பிள்ளை திருநெல்வேலி சிவாலயத்தில் இந்த முயற்சி தொடங்கியிருப்பதாகவும் குறிப்பிடுகின்றார். கா.சு. பிள்ளையின் முயற்சி தோல்வியடைந்து, 'இந்து அறநிலையம்' என்ற சொல்லே சட்டச் சொல்லாயிற்று. ஆனால் திருநெல்வேலி சிவாலயத்தில் ஊடுருவ ஸ்மார்த்தர்கள் செய்யும் முயற்சி 1960களிலும் 70களிலும் தொடர்கிறது. அண்மையில் 2003இல் தான் திருநெல்வேலி சைவர்கள் இப்போதுள்ள சங்கராச்சாரியாரை எதிர்த்து நீதிமன்றத்தில் வழக்குத் தொடர்ந்து, அவரைப் பின்வாங்கச் செய்தனர். ஆனால் 'இந்து' என்ற

சொல்தான் இந்திய தேசியத்திற்கு மற்ற மதங்களை நிராகரிக்கும் அடிப்படைக் கருத்தியலாக அமைந்திருக்கிறது என்பதையும் நாம் மறுக்க இயலாது. இந்தப் போக்கிற்கு ஸ்மார்த்தப் பார்ப்பனர்களே தலைமை தாங்குகின்றனர் என்பதும் நம் கண்முன் அரங்கேறும் உண்மையாகும்.

### இந்திய தேசியமும் திராவிட தேசியமும்:
### உறவுகளும் முரண்களும்

பத்தொன்பதாம் நூற்றாண்டின் நடுப்பகுதியிலிருந்து நமது தமிழ்ச் சமூகத்தில் ஏற்பட்ட அசைவுகளைக் குறித்து தமிழ்நாட்டு, வெளிநாட்டு ஆய்வாளர்கள் சிலர் அண்மைக் காலத்தில் நிறைய எழுதியுள்ளனர். அவர்களுடைய எழுத்துக்கள் பெரும்பாலும் ஒரு குறிப்பிட்ட காலப்பகுதியை அடிப்படையாகக் கொண்டு அமைகின்றன.

ஆர். சுந்தரலிங்கம் 1852–1891, டி.ஏ. வாஸ்புருக் 1870–1920, கிறிஸ்டோபர் பேக்கர் 1920–1937, யூஜின் இர்ஷிக் 1919–20, 1930கள் (இருநூல்கள்) ஈ.சா. விஸ்வநாதன் 1920–49, கே. நம்பி ஆரூரன் 1905–44 ஆகியோரின் நூல்கள் இந்த வரிசையில் குறிப்பிடத் தக்கவை. இவை தவிர முரசொலி மாறன், எஸ். சரசுவதி, எஸ்.வி. ராஜதுரை, வ. கீதா, இரா. வேங்கடாசலபதி, கேசவன் ஆகியோரின் நூல்களும், ஆனந்தி, எம்.எஸ்.எஸ். பாண்டியன், அ. மார்க்ஸ், பொ. வேல்சாமி ஆகியோரின் கட்டுரைகளும் இத்துறையில் குறிப்பிடத்தகுந்த முயற்சிகளாகும். மிக நீண்ட காலப் பகுதியினை ஆய்வுப் பொருளாக எடுத்துக்கொண்டு 'இந்திய தேசியமும் திராவிட தேசியமும்' என்ற நூலை குணா எழுதியுள்ளார்.

பத்தொன்பதாம் நூற்றாண்டின் நடுப்பகுதி தொடங்கி பெரியாரின் இறுதிக்காலம் வரையுள்ள தமிழ்நாட்டுச் சமூக அரசியல் வரலாற்றை நான்கைந்து காலகட்டங்களாகப் பகுத்துப் பார்ப்பது, இந்திய தேசியத்தின் உருவாக்கம், வளர்ச்சி வாழ்வு இவற்றோடு தமிழ்ச் சமூகம் கொண்ட உறவுகளையும், முரண் களையும் விளக்க ஓரளவு போதுமானதாக அமையும் என நம்பலாம்.

இக்கால பகுப்பைப் புரிந்துகொள்ளும் முன் தேவையாக ஆரியன் X தமிழன், ஆரியம் X திராவிடம், இந்து X தமிழர் ஆகிய எதிர்நிலைச் சொற்கள் எந்த எந்தப் பொருளில் காலந் தோறும் ஆளப்பட்டன என்பதைப் புரிந்துகொள்ள வேண்டும்.

‘ஆரியன் கண்டாய் தமிழன் கண்டாய்’ என்ற திருநாவுக்கரசர் தேவாரத்தில், வடமொழியாளர் X தமிழர் என்ற பொருளில் இது கையாளப்பட்டுள்ளது. ஆரியன் என்று தமிழரல்லாத வட மொழியாளரைக் குறிப்பிடும் சொற்பயன்பாட்டில் இதுவே காலத்தால் மூத்ததாகும். ‘பஞ்சதிராவிட’ எனத் தென்னாட்டுப் பிராமணர்கள் தங்களை அழைத்துக் கொண்டபோது திராவிடம் என்ற சொல் தமிழ், தெலுங்கு, மலையாளம், கன்னட, துளு நிலப்பகுதிகளைக் குறிக்கிறது. அழகிய மணவாளப் பெருமாள் நாயனாரின் ‘ஆச்சார்ய ஹிருதயம்’ என்ற வைணவ தத்துவ நூலில் (14ஆம் நூற்றாண்டு) ‘வேதம் பஹுவிதம்’ இதில் ஆரியம் திராவிடம் என்கிற பிரிவு ‘ருகாதி பேதம் போலே’ என்று திராவிடம் என்ற சொல் தமிழ் மொழியைக் குறித்திருக்கிறது. கடந்த நூற்றாண்டில் கால்டுவெல் திராவிடம் என்ற சொல்லை மொழிக் குடும்பத்தைக் குறிக்கப் பயன்படுத்தினார். ஆனால் அவருக்கு முன்னர் 1847இல் திராவிட தீபிகை என்ற பெயரோடு சென்னையில் ஒரு பத்திரிகை தொடங்கப்பெற்றுள்ளது. குறிப்பாக பின்னர் பஞ்சாபில் பிறந்த ஆரிய சமாஜத்தின் செல்வாக்கு காரணமாக ஆரியன் என்ற சொல் இந்திய நிலப்பகுதி மக்கள் அனைவரையும் குறிக்கும் சொல்லாகப் பார்ப்பனர்களால் பயன்படுத்தப்பட்டுள்ளது. ‘பேரிமய வெற்பு முதல் பெண் குமரி ஈறாகும் ஆரியநாடு’ என்பது 1906இல் வந்த பாரதி கவிதை. பாரததேவிக்கு நகரம் காசி, ஆறு கங்கை, மலை இமயம், வேதங்களே வெற்றிமுரசு, தாஜ்மஹாலும் எல்லோராவும் சரப சாஸ்திரியின் கையிலிருக்கும் புல்லாங்குழலும் பாரதிக்கு ஆரிய சம்பத்து. பாரதியின் குருவான திலகர் ஓர் ஆரிய சமாஜி. 1904இல் இந்திய சமூகத்தை (Aryan Nationality) தேசிய இனம் என்றே இந்து ஆங்கில நாளிதழ் எழுதியது.

இந்து, இந்தியா ஆகிய இரண்டு சொற்களும் ஆங்கிலேயரால் அறிமுகப்படுத்தப்பட்ட சொற்களாகும். 1930களில் இந்து என்ற சொல் கிறித்தவர்களும் முஸ்லீம்களும் அல்லாத உள்நாட்டுக் காரர்களைக் குறிக்கும் சொல்லாகக் கருதப்பட்டது. Hindu Literary Society என்ற பெயரில் சென்னையில் தொடங்கப்பெற்ற கல்வி சங்கம் இப்படித்தான் இந்தச் சொல்லை வழங்கியது. பார்ப்பன ரல்லாதவர்கள் (தமிழர்கள்) இந்தச் சொல்லை வட மொழி வேதத்தை ஏற்றுக்கொண்ட மக்களைக் குறிக்கும் சொல்லாக அப்பொழுது கருதவில்லை. 1917 (ஜூன் 1ஆம் நாள்) வெளியிடப் பெற்ற திராவிடன் முதல் இதழ் ‘பிராமணரல்லாத இதர இந்துக்களுடைய குறைகள்’ என்றுதான் எழுதியது.

1898க்குள் இந்து என்ற சொல்லைத் தன் பெயரில் கொண்ட 15 தமிழ் இதழ்கள், (பத்திரிகைகள்) வெளிவந்துள்ளன. இவற்றுள் பெரும்பாலானவை பார்ப்பனர் அல்லாதாராலேயே நடத்தப் பெற்று வந்துள்ளன. 1888 சனவரியில் இந்து ஜன சம்ஸ்காரிணி என்ற இதழ் அரசாங்க வேலைகளில் பிராமணர்கள் நிறைந்திருப் பதைச் சுட்டிக்காட்டி அவர்களுக்கு மக்கள் தொகை விகிதப் படியே அரசாங்க வேலைகள் கொடுக்கப்பட வேண்டும் என்று எழுதியிருக்கிறது.

இதே காலப்பகுதியில் திராவிடம் என்ற சொல்லைத் தன் பெயரில் கொண்ட இதழ்கள் (பத்திரிகைகள்) 13 வெளிவந் துள்ளன. இவை எவற்றிலும் பார்ப்பனர்கள் தொடர்புடைய வராகக் காணப்படவில்லை. விதிவிலக்காக திராவிட பாகவதன் 1914 டி.கே. சீனிவாச ஐயங்கார் (வைணவ மாத இதழ்) திராவிட நேசன் 1891 தஞ்சை (சைவம்) மாறாக அயோத்திதாசப் பண்டிதர் தொடங்கிய திராவிடப் பாண்டியன் (1888) இதழ் திராவிட என்ற சொல்லை மொழிக் குடும்பம், நிலப்பகுதி ஆகியவற்றுக்கும் அப்பால் சமூக, அரசியல் தளத்தில் முன் வைத்திருக்கிறது. இந்து என்ற சொல் இந்துத்துவக் கோட்பாடுகளுக்கு முன்னோடியாக மாற்றப்பட்டதை பின்னர் காணலாம். இவரே 1890இல் திராவிட மகாஜன சபையினையும் தோற்றுவிக்கிறார். தேசியக் காங்கிரஸ் அல்ல. பார்ப்பனக் காங்கிரஸ் என்று 1908இல் எழுதியவரும் இவர்தான்.

தமிழ்நாட்டு மக்களின் அமைப்பு ரீதியான முதல் அசைவுக்கு 1852இல் தொடங்கப்பட்ட சென்னை ஜனசங்கத்தினை (Madras Natives Association) அடையாளமாகக் குறிப்பிடலாம். இங்கு முன்னர் 1830களில் பச்சையப்பன் அறக்கட்டளை நிர்வாகிகள் தொடங்கிய இந்து கல்விச் சங்கம் (Hindu Literary Society) 1840களில் தொடங்கப் பெற்ற சதுர்வேத சித்தாந்த சபை என்னும் அமைப்பு ஆகிய இரண்டினை அறிகிறோம். சதுர்வேத சித்தாந்தம் என்ற பெயரி லிருந்து இது நேரிடையாகவோ மறைமுகமாகவோ ஒரு பார்ப்பன அமைப்பாக இருந்திருக்க வேண்டும் என்று தெரிகிறது. 1845இல் திருநெல்வேலியில் கிறிஸ்தவர்கள் மீது இந்துக்கள் நடத்திய தாக்குதலுக்கு அரசு ஆவணங்கள் இந்தச் சபையினையே குற்றம் சாட்டுகின்றன என்று சுந்தரலிங்கம் குறிப்பிடுகிறார்.

சென்னை ஜனசங்கம் (MNA) சென்னையிலிருந்த செட்டிகள், நாயுடு, கோமுட்டிச் செட்டி ஆகியோர் ஆதரவுடன் லெட்சுமி நரசு செட்டியால் தொடங்கப்பெற்றதாக ஆய்வாளர்கள் தெரி விக்கின்றனர். ஆனால் இதில் திருநெல்வேலி சைவ வேளாளரும்

வியாபாரியுமான ஜே.ஏ. அப்பாசாமிப் பிள்ளை போன்றோரும் பங்கு பெற்றுள்ளனர். இரண்டாண்டுகளில் இச்சங்கத்தில் அரசியல் விவகாரங்களை முன்னெடுத்துப் போவதா, சமூக சீர்திருத்தத்துக்கு முன்னுரிமை தருவதா என்பதில் கருத்து வேறுபாடு ஏற்பட்டு பிளவு ஏற்படுகிறது. இதிலிருந்து விலகிய சீனிவாசப் பிள்ளை 'இந்து முன்னேற்றச் சங்கம்' (Hindu Progressive Development Society) என்ற அமைப்பைத் தொடங்குகிறார். சென்னை ஜனசபையின் கிரசண்ட் இதழுக்குப் போட்டியாக 'உதய சூரியன்' (Rising Sun) என்ற இதழைத் தொடங்குகின்றனர். 1853 முதல் 1863 வரை நடந்த இந்தப் பத்திரிகைக்கு வெங்கட்ராய நாயுடு என்பவர் ஆசிரியர். பின்னர் ஒரு நூற்றாண்டுக் காலம் இந்திய தேசிய இயக்கத்திற்கும் திராவிட இயக்கத்துக்குமான முரண் பாட்டின் வித்து இங்கேயே தொடங்கிவிட்டதை வரலாற்று மாணவர்கள் எளிதாகவே கண்டுகொள்ள முடிகிறது.

இதன் பின் வங்காளத்தில் பிறந்த கேசவசந்திரசென் பிரம்ம சமாஜத்தின் பிரதிநிதியாக 1866இல் தமிழ்நாட்டில் சுற்றுப் பயணம் செய்கிறார். பிரம்மம் பற்றி விசாரத்தை அவருடன் தமிழ் நாட்டுப் பார்ப்பனர்கள் பகிர்ந்துகொண்டிருக்க வேண்டும். ஏனென்றால் அது அவர்கள் மரபுவழி ஆன்மீகத்தோடு தொடர் புடைய கோட்பாடாகும்.

அதன் பின்னர் 1881இல் கர்னல் ஆல்காட்டும் பிளாவட்ஸ்கி அம்மையாரும் பிரம்மஞானக் கருத்துக்களைப் பரப்பச் சென்னை வந்து, அங்கிருந்து திருநெல்வேலி, தூத்துக்குடி, யாழ்ப்பாணம் ஆகிய இடங்களில் தங்கள் அமைப்புக்கான (Theosophical Society) கிளைகளைத் தொடங்கி வைக்கின்றனர். ஆரிய மதத்தையும் பிற மதங்களையும் படிப்பதும் பொருள் முதல்வாதத்தை வளர விடாமல் தடுப்பதும், பிரம்மஞான சபையின் நோக்கங்களாகச் சொல்லப்பட்டன. தேசிய சமஸ்கிருத இயக்கத்தின் (National Sanskrit Movement) பகுதியாக அடையாறு கீழ்த்திசை நூலகம் தொடங்கப்பட்டது.

திருநெல்வேலி நெல்லையப்பர் கோயிலில் கர்னல் ஆல்காட்டுக்கும் பிளாவட்ஸ்கி அம்மையாருக்கும் கோயில் சார்பாக வரவேற்பு தரப்பட்டது. ஆல்காட் அமெரிக்கப் பண்டிதர் என்று பெயர் சூட்டப்பட்டார். சென்னையை அடுத்து திருநெல்வேலியிலும் தூத்துக்குடியிலும்தான் பழமையான கிளைகள் அச்சபைக்கு ஏற்பட்டன. இவர்களுக்கு முன் மனுநீதியை ஆங்கிலத்தில் மொழிபெயர்த்த வில்லியம் ஜோன்ஸ், வடமொழி வல்லுநரான மோனியர் வில்லியம்ஸ் ஆகியோர்

பெயர்கள் பலமுறை பேசப்பட்டன. முதல்முறையாக இந்தியா வேதப் பெருமை உடைய நாடு, இந்திய மதம் என்பது ஆரிய மதம், வடமொழி உயர்வானது, ஆகிய கருத்துக்கள் இந்திய தேசியம் என்பதன் அடிப்படைகளாக உருவாக்கப்பட்டன.

தமிழ்நாட்டில் இவர்களுக்குக் கிடைத்த வரவேற்பினால் 1882 இறுதியில் (டிசம்பர்) பிரம்மஞான சபையின் தலைமை யகம் பம்பாயிலிருந்து சென்னைக்கு மாற்றப்பட்டது. (மீண்டும் அவர் 1882இல் ஆறு வாரத் தமிழகச் சுற்றுப்பயணம் செய்தார்) சபையின் கொள்கைகளைப் பரப்ப மதுரை, திருச்சி, குண்டூர், பெல்லாரி ஆகிய இடங்களில் சமஸ்கிருதப் பள்ளிகள் தொடங்கப் பட்டன. இதன் சார்பு நிறுவனமாக 10–21 வயது வரை உள்ள இளைஞர்களுக்குப் பயிற்சி அளிப்பதாக (League of Honour) ஆரிய உயர் மதிப்புக்கழகம் என்ற அமைப்பும் தொடங்கப்பட்டது. 1884இல் சென்னையில் பச்சையப்பன் கல்லூரியில் ஆசிரியராக இருந்த சிவசங்கர பாந்தியா (Siva Sankara Pandiah) என்ற குஜராத்திப் பார்ப்பனர் 'இந்து மீட்சிக் கழகம்' (Hindu Revivalistic Society) என்ற அமைப்பையும் 1887இல் (Hindu Track Society) இந்து சிறுநூல் வெளியீட்டுக் கழகம் என்ற அமைப்பையும் தொடங்கினார்.

சிவசங்கர பாந்தியாவைப் பற்றி இங்கு சற்று விரிவாகத் தெரிந்து கொள்ளவேண்டும். சென்னை பச்சையப்பன் கல்லூரி யில் ஆசிரியராகப் பணியாற்றியவர் இவர். ஒரு குஜராத்தி பார்ப் பனர். இந்து பத்திரிகை குடும்பத்தைச் சேர்ந்த ஜி. சுப்ரமணி ஐயருக்கும் தெலுங்குப் பார்ப்பனரான அனந்தாச்சார்லுவுக்கும் நெருங்கிய நண்பர். அதன் விளைவாக இந்து தியாலஜிகல் உயர்நிலைப் பள்ளியைத் தொடங்கி அதன் தலைமையாசிரிய ரானார். சென்னை கிறித்தவக் கல்லூரியில் இந்து கிறித்தவப் பூசலுக்குக் காரணமானார் என்று பச்சையப்பன் கல்லூரியி லிருந்து வெளியேற்றப்பட்டவர். கிறித்தவக் கல்லூரிச் சச்சரவில் இவருக்குத் துணை நின்றவர் அனந்தாச்சார்லு.

சிவசங்கர பாந்தியா தொடங்கிய இந்து சிறுநூல் வெளி யீட்டுக் கழகத்தின் வெளியீடுகளிலிருந்து மேலும் சில செய்தி களைத் தெரிந்துகொள்ள முடிகிறது. 1887இல் சென்னையில் இருந்து வெளிவந்த 'ஆரிய ஜன பரிபாலினி' என்ற இதழும், சிதம்பரத்திலிருந்து சீனிவாச சாஸ்திரி என்பவரை ஆசிரியராகக் கொண்டு வெளிவந்த 'பிரம்ம வித்யா' பத்திரிகையும் கிறித்தவர் களோடு திட்டமிட்ட ஒரு போராட்டத்தைத் தொடங்கி இருக் கின்றன. வேதாந்த விசாரணை சபை என்ற பெயரிலும் இவர்கள் சில துண்டறிக்கைகளை வெளியிட்டிருக்கின்றனர்.

ஐரோப்பிய வடமொழி அறிஞரான மோனியர் வில்லியம் ஸும் (Moniar Williams) 1797இல் மனுநீதியை மொழிபெயர்த்த சர். வில்லியம் ஜோன்சும் (Sir William Jones) இந்த இந்துவாதிகளால் புகழப்படுகின்றனர். 21 பாஷைகளில் வல்லவரான சர். வில்லியம் ஜோன்ஸ் என்பதாக இவர் பெயர் பத்திரிகைகளில் குறிப்பிடப் படுகிறது. இந்து ஜெயபேரிகை என்ற பெயரில் 4 நூல்கள் இந்த சபையினரால் வெளியிடப்பட்டிருக்கின்றன. ஆரிய பெண்களுக்கு கல்வி, கிறித்தவர் மத திரியோகத்துவ ஆபாசம், பைபிள்களும் உலக சிருஷ்டியின் ஆபாசமும், பாதிரிமார் ஸ்கூல்களில் பெண்கள் படிக்கலாமா என்பன இவர்கள் வெளியிட்ட சில நூல்களின் தலைப்புகள்.

யாழ்ப்பாணம் நல்லூர் ஆறுமுக நாவலரின் மாணவரான காசிவாசி செந்தி நாதய்யர் என்ற சைவரும் சபையினரின் பிடியில் அகப்பட்டு இருக்கிறார். விவிலிய குத்சிதம், விவிலியச் குத்சித கண்டன திக்காரம் ஆகிய இரு நூல்களும் அவரால் எழுதப்பட்டு அக்கழகத்தவரால் வெளியிடப்பட்டிருக்கின்றன. இயேசு கிறிஸ்துவும் கடவுளா? என்ற சிறுநூல் 15 ஆயிரம் பிரதிகள் விற்பனையாகி மறுபதிப்புச் செய்யப்பட்டிருக்கின்றது. ஆரிய மதம், ஆரிய தேசம், ஆரிய மதாபிமானி என்ற சொல்லாடல்கள் மிகச் சரளமாகப் பயன்படுத்தப்பட்டுள்ளன. ஆர்.எஸ்.எஸ். என்னும் மதவாத அமைப்புக்கு முன்னோடி அமைப்பினைப் போல் செயல்பட்ட இந்தக் கழகம், இந்துத்துவம் என்ற கோட் பாட்டையே இந்திய தேசியம் என்ற பெயரில் தமிழ்நாட்டில் வெற்றிகரமாகப் பரப்பியிருக்கிறது. இந்தக் கழகத்தின் வெளியீடு களுக்கு எதிராக நெல்லை மாவட்ட புரோட்டஸ்டண்டு கிறித்து வர்கள், உண்மை தேடுவார் கழகம் (Truth seekers Society) என்ற பெயரிலும் அரக்கோணத்தில் இருந்து எஸ்.பி.எஸ். என்ற அமைப் பின் பெயரிலும் சில நூல்களை வெளியிட்டுள்ளனர்.

யாழ்ப்பாணத்தில் இருந்த கத்தோலிக்கக் கிறித்துவத் திருச் சபையாரும் இதே காலத்தில் அங்குள்ள சைவர்களோடு ஒரு தத்துவச் சண்டையினை நிகழ்த்தியிருக்கிறார்கள். யாழ்ப் பாணத்துச் சைவ – கிறித்துவ கருத்து மோதல் இரு தரப்பாலும் கல்வித் துறையின் நாகரிக வரம்புகளுக்குள்ளேயே நடத்தப் பட்டிருக்கிறது. 'இந்து சாதனம்' 'ஞானசித்தி' என்ற சைவ இதழ் களிலும், சத்திய வேத பாதுகாவலன் என்ற கிறித்துவ இதழிலும் இந்தக் கருத்துப் போராட்டம் நிகழ்ந்திருக்கிறது.

ஜி. சுப்பிரமணிய ஐயரும் அனந்தாச்சார்லுவும் சென்னை மகாஜன சபையினைத் தொடங்கியவர்கள் (1884) அதன்

சார்பாளர்களாகப் புனேயில் நடந்த முதல் காங்கிரஸ் மாநாட்டில் கலந்துகொண்டவர்கள். இவர்கள் இருவரையும் சேர்த்து முதல் காங்கிரஸ் மாநாட்டில் சென்னை மகாஜன சபைப் பிரதிநிதியாகக் கலந்துகொண்ட 8 பேரில் 6 பேர் பார்ப்பனர்.

அனந்தாச்சார்லு ராவ் பகதூர் பட்டம் பெற்றவர். 1890 கல்கத்தா காங்கிரஸ் மாநாட்டில் கௌரவிக்கப்பட்டவர். இந்து பத்திரிகையின் இயக்குநர்களில் ஒருவர். சென்னை கிறித்துவக் கல்லூரியில் மதமாற்றம் தொடர்பாக நடந்த கலவரத்தில் நீக்கப் பட்ட இந்து மாணவர்களை மீண்டும் கல்லூரியில் சேர்க்கப் பேச்சுவார்த்தை நடத்தியவர்.

சுருக்கமாகச் சொல்வதானால் தமிழ்நாட்டில் காங்கிரஸ் இயக்கத்தின் தோற்றுவாய் என்பது வேதப் பெருமை, வட மொழி உயர்வு, பார்ப்பனர்கள், பார்ப்பனர்களின் இந்துப் பத்திரிகை ஆகிய அடிப்படைகளிலேயே அமைந்தது.

இதற்கு எதிரிடையான நிகழ்வுகளும் இதே காலத்தில் நிகழ்ந்தன. ஆல்காட்டும் பிளாவட்ஸ்கி அம்மையாரும் திருநெல் வேலியில் பார்ப்பனர்களிடம் பெற்ற ஆதரவு, சைவ வேளாளர் களை எதிரிடையாகச் செயல்பட வைத்தது. 1883இல் தூத்துக் குடிச் சைவ சபையும் 1886இல் பாளையங்கோட்டைச் சைவ சபையும் தொடங்கப் பெற்றன. பிரம்மசமாஜியாக இருந்த மனோன்மணியம் சுந்தரம்பிள்ளை திருவனந்தபுரம் சைவ சபையைத் தொடங்கக் காரணமானவர்களில் ஒருவரானார். திராவிடம் என்ற சொல்லோடு, வடமொழி செத்த மொழி, தமிழ் வாழும் மொழி என்ற கருத்தையும் அவர் முன்வைத்தார்.

தமிழின் மேன்மையை எடுத்துச் சொல்லவும் சைவத்தின் சிறப்பினைப் பேசவும் சி.வை. தாமோதரம் பிள்ளை, கனகசபைப் பிள்ளை, ஜே.எம். நல்லுசாமிப் பிள்ளை, பின்னர் ஞானியார் அடிகள், மறைமலை அடிகள் என 'இந்திய தேசியத்துக்கு' வெளியில் தமிழ் அறிவாளிகள் கூட்டம் ஒன்று தோன்றவும் வளரவும் அவரது முயற்சிகள் ஊன்றுகோலாய் அமைந்தன.

1887 வரை தமிழ்நாட்டில் முசுலீம்கள் காங்கிரஸ் இயக்கத்தின் மீது நம்பிக்கை கொள்ளவில்லை. 1887இல் சென்னை காங்கிரஸ் மாநாட்டு வரவேற்புக் குழுத்தலைவர் ரெங்கைய நாயுடு (இவர் இந்து பத்திரிகை நிறுவனத் தலைவராகவும் சில காலம் இருந்தவர்) முசுலீம்கள் காங்கிரசுக்கு வெளியில் நிற்பதைக் குறிப்பிட்டு வருந்துகிறார்.

பார்ப்பனர், சைவ வேளாளர், இசுலாமியரை அடுத்து தாழ்த்தப்பட்ட வகுப்பினர் இக்காலகட்டத்தில் உயிர்ப்பும் விழிப்பும் உடைய சக்தியாக உருவாயினர்.

1885இல் அயோத்திதாசப் பண்டிதர் திராவிடம் என்ற சொல்லைச் சமூக அரசியல் தளத்தில் வலிமையாக முன் வைத்துப் பார்ப்பனரல்லாதவர் என்ற அடையாளத்தை உருவாக்கினார். அவரது ‘திராவிடப் பாண்டியன்’ இதழ் 1891இல் உருவாயிற்று. பண்டிதரின் மைத்துனர் இரட்டைமலை சீனிவாசன் பறையன் என்ற பெயரில் 1893இல் இதழ் ஒன்றைத் தொடங்கினார். இவரே பின்னர் டி.எம். நாயருக்கும், அம்பேத்காருக்கும் உதவி யாக நின்றவர். ‘தாழ்த்தப்பட்ட மக்களின் விடுதலை தேசிய இயக்கத்திற்கு வெளியே உள்ளது’ எனக் கருத்துரைத்தவர். சென்னை பொதுச்சாலைகளில் தாழ்த்தப்பட்டோர் நடப்பதற் கான உரிமையினைப் பெற்று, தன் மனைவியின் கல்லறைக் கல்வெட்டிலும் அதனை இடம் பெறச் செய்தவர்.

இவ்வாறு இருபதாம் நூற்றாண்டின் தொடக்கம்வரை, இந்திய தேசியம் என்பது தமிழ்நாட்டில் பெருவாரியான மக்களையும் பார்ப்பனரல்லாத அறிவாளிகளையும் தன்னுள் ஈர்த்துக்கொள்ள இயலாமல் தடுமாறி நிற்பதைப் பார்க்கிறோம்.

இந்திய தேசியம் என அடையாளம் காட்டப்பட்ட மொழி, நிலம், பண்பாடு ஆகியவை தமக்குரியவை அல்ல என எண்ணும் போக்கும், பார்ப்பனர் மீதான நம்பிக்கையின்மையும் தமிழ் நாட்டுப் பார்ப்பனரல்லாத மக்களிடத்திலே படிந்திருந்ததே அதற்குக் காரணமாகும். ஆனால் இந்திய தேசியத்திற்கு மாற்றான ஒரு கருத்தியலை வடித்தெடுப்பதற்கு இருபதாம் நூற்றாண்டின் தொடக்கப் பகுதிவரை அவர்கள் காத்திருக்க வேண்டியதாயிற்று.

இருபதாம் நூற்றாண்டின் தொடக்கத்தில் தமிழ்நாட்டில் இந்திய தேசியத்துக்கு மாற்றான உணர்வுகளுடன் கூடிய ஒரே தலைவராக அயோத்திதாசப் பண்டிதர் மட்டுமே இருந்தார். ஆனால் ஒரு தேசிய இனத்தை முதலில் அடையாளம் காட்டும் மொழித் துறையில் அறியப்பட்ட அறிவாளிகள் சிலர் இருந்தனர். கனகசபைப் பிள்ளை, சி.வை. தாமோதரம் பிள்ளை. ஜி.யு. போப், உ.வே. சாமிநாதையர் போன்றோர் வேதமல்லா மரபு (Non-Vedic Tradition) சார்ந்த தமிழிலக்கியங்களை அச்சிட்டு வெளிப்படுத்தியிருந்தனர்.

இவர்களில் மறைமலையடிகள், ஜே.எம். நல்லுசாமிப் பிள்ளை போன்ற சைவ அறிஞர்கள் வேதமல்லா மரபு பற்றிய

அறிவும் பார்ப்பன எதிர்ப்புணர்ச்சியும் உடையவர்களாக இருந்தனர்.

1908இல் இந்திய தேசிய காங்கிரசைப் பார்ப்பனர் காங்கிரஸ் என்று தன் தமிழன் பத்திரிகையில் எழுதிய அயோத்திதாசப் பண்டிதர் 1909இல் 'பார்ப்பனர் எதிர்ப்பும் வேதங்களின் எதிர்ப்பும்' என்ற தலைப்பில் சென்னையில் கருத்தரங்கம் ஒன்றைத் தலைமையேற்று நடத்தினார். வடமொழி, வேத எதிர்ப்பு உணர்ச்சியே அவரது பௌத்த மத ஈடுபாட்டிற்குக் காரணம் என்று கருதலாம்.

வேதப்பெருமை, வேதியர்பெருமை, வடமொழி உயர்வு, வருணாசிரமத்தின் சிறப்பு, இந்திய நாகரிகம் போன்ற கருத்தாக்கங்களால் பத்தொன்பதாம் நூற்றாண்டின் பிற்பகுதியில் ஆல்காட்டும் பிளாவட்ஸ்கியும் எதிர்நிலையாகத் தமிழர்களை எழுப்பியதுபோல, இருபதாம் நூற்றாண்டில் அந்தத் திருப்பணிக்கு அன்னிபெசன்ட் (1847–1933) என்ற ஐரீஷ் பெண்மணி வந்து சேர்ந்தார். அவருடைய (Home Rule) தன்னாட்சி இயக்கமும் 'புதிய இந்தியா' (New India) இதழுமே திராவிட இயக்க முன்னோடிகளான டி.எம். நாயர், பிட்டி தியாகராசர், பி. நடேசன் ஆகியோரை எதிர்மறையாக ஒன்றிணைந்து பணி செய்ய வைத்தன. தென்னிந்திய நல உரிமைச் சங்கத்தின் பேரால் அவர்கள் 'பிராமணரல்லாதவர் வெள்ளை அறிக்கை' (Non Brahmin Manifesto) வெளியிட்ட மறுநாளே (20-12-1916) அதற்கு மறுப்பும் எதிர்ப்பும் அன்னிபெசன்டின் புதிய இந்தியா இதழில் அவரால் வெளியிடப்பட்டன.

இந்த வெள்ளை அறிக்கையினை வெளியிட்ட இந்து நாளேடு இதனைவிட இந்நேரத்தில் ஒரு தற்கொலை முயற்சி இருக்க முடியாதென்றும் வெளியிட்டவர்களின் உள்நோக்கத்தை வலுப்படுத்தும் என்பதால் இது குறித்து விவாதம் நடத்த விரும்பவில்லை என்றும் எழுதியது. மேலும் இந்த இயக்கம் தொடங்கியதிலிருந்து நேர்மையற்ற போக்கினைக் (Sinister) கைக்கொள்வதாகவும் இது பிராமண சமூகத்தின் நலனுக்கும் தேசிய இயக்கத்துக்கும் காங்கிரசின் நோக்கங்களுக்கும் எதிரானதென்றும் எழுதியது. இந்த அறிக்கையினை மறுத்த குத்தி.பி. கேசவப் பிள்ளையினைப் பாராட்டியும் 'இந்து' எழுதியது.

மூன்றுமாத காலம் உதகமண்டலத்தில் தடுப்புக் காவலில் வைக்கப்பட்ட அன்னிபெசன்ட் அம்மையார் விடுதலையாகி சென்னை வந்தபோது (1917 செப் 14) அவருக்கு "அரசர்களும் கண்டிராத வகையில் 5 மைல் நீள ஊர்வலத்துடன்" வரவேற்பு

தரப்பட்டதாக இந்து இதழ் குறிப்பிடுகிறது. கோயில் குடை பிடித்து வேத பாராயண முழக்கத்துடன் இந்த ஊர்வலம் நடந்ததாகவும் இந்த ஊர்வலத்தில் பாதியில் சுப்பிரமணி அய்யரும் வந்து கலந்து கொண்டதாகவும், ஊர்வலம் முடியும் இடத்தில் மற்றொரு பார்ப்பனர் கூட்டம் வேதபாராயணத் துடன் எதிர்கொண்டு வரவேற்றதாகவும் 'Madras Mail' இதழ் எழுதுகிறது. திராவிட இயக்க முன்னோடியான டாக்டர் டி.எம். நாயர் மீது அவமதிப்பு வழக்குத் தொடர்ந்தார் அன்னிபெசன்ட். ஜஸ்டிஸ் இதழ் அவரை, ஜஸ்டிஸ் கட்சி தோன்றுவதற்குக் கிரியா ஊக்கியாக, தூண்டுகோலாக இருந்தது அன்னிபெசன்ட் துவக்கிய ஹோம் ரூல் இயக்கம்தான் என்கிறார் யூஜின் இர்ஷிக் என்ற ஆய்வாளர்.

பி. நடேசனார், பிட்டி தியாகராசர், டி.எம். நாயர் முயற் சியால் நீதிக்கட்சி எழுந்த நேரத்தில் காங்கிரசின் மக்கள் தலை வராகப் பெரியார், திரு.வி.க, வ.உ.சி, வரதராஜுலு நாயுடு ஆகிய பார்ப்பனரல்லாத தலைவர்கள் இருந்தனர். இவர்களைத் தவிர காங்கிரஸ் இயக்கத்தின் பார்ப்பனத் தலைவர்களாக கஸ்தூரி ரங்க ஐயங்கார், சீனிவாச ஐயங்கார். இராஜாஜி ஆகியோர் இருந்தனர்.

நீதிக்கட்சியின் தோற்றத்தோடு தமிழ்ச் சமூக அசைவுகள் விரைவு பெற்றன எனலாம். இதற்குச் சற்று முன்னும் பின்னு மான காலத்தில் ஒரு தேசிய இனத்தின் முதல் அடையாளமான மொழி பற்றிய தன்னுணர்ச்சி தமிழ்நாட்டில் அரும்பியிருந்தது. பார்ப்பனிய புராண மரபுகளிலிருந்து பெரிதும் தள்ளி நின்ற சங்க இலக்கியங்களின் அறிமுகம், தமிழர்களின் வேதமல்லா மரபினை விளக்கிய கனகசபைப் பிள்ளையின் நூல் (ஆயிரத் தொண்ணூறு ஆண்டுகட்கு முற்பட்ட தமிழகம்) 1904இல் பாண்டித்துரைத் தேவர் தொடங்கிய மதுரைத் தமிழ்ச் சங்கம் ஆகியன இவ்வகையில் குறிப்பிட்ட தமிழ்க் காரணிகளாகும். 1914 மைசூர் பல்கலைக்கழகம் தொடங்கப்படுகிறது. சென்னைப் பல்கலைக்கழகத்தில் பார்ப்பனர் ஆதிக்கமும், பிற திராவிட மொழியாளர் அதில் நிறைய பங்கு பெற்றிருந்தும் சேர்ந்து தமிழ்நாட்டின் தென்பகுதியில் தமிழ்ப் பல்கலைக்கழகம் ஒன்று வேண்டும் என்ற உணர்வும் கோரிக்கையும் எழக் காரணமா கின்றன. 1920களில் இக்கோரிக்கை வலுப்பெறுகிறது. சென்னைப் பல்கலைக்கழகப் பேரவைக் (செனட்) கூட்டத்திலும் இது எழுப்பப் பெறுகிறது. விளைவாக 1920இல் சிதம்பரத்தில் மீனாட்சி கல்லூரி அமைக்க ராஜா சர். அண்ணாமலை செட்டியாருக்கு அனுமதி தரப்படுகிறது. அவர் அதற்கு 20 லட்சம் நன்கொடை அளிக்கிறார்.

மீண்டும் சேலம் மாகாணக் கல்வி மாநாட்டில் இக்கோரிக்கை எழுப்பப் பெற்று தமிழறிஞர் மு.சு. பூரணலிங்கம் பிள்ளை தலைமையில் ஒரு குழுவும் அமைக்கப் பெறுகிறது. தமிழ் மொழிக்கென மட்டும் ஓர் பல்கலைக்கழகம் அமைவது குறுகிய பார்வை என்று 1926 சனவரி (28) யில் ஒரு கட்டுரையும் ஜூன் 17இல் ஒரு தலையங்கமும் எழுதியது 'இந்து' நாளிதழ். தமிழ் தேசிய இன உணர்வு கூர்மை அடையக்கூடாதெனப் பார்ப் பனியம் கவனமாகவே பணியாற்றியிருக்கிறது. இதனை இன் னொரு செய்தியுடன் இணைத்துப் பார்க்க வேண்டும். 16–09–43 இதழில் (விடுதலை) 'சபாஷ் சர்.சி.பி' என்ற ஒரு தலையங்கம். கோட்டையூர் ராம. அழகப்ப செட்டியார் தம் வீட்டு விழா ஒன்றின் நினைவாக திருவாங்கூர்ப் பல்கலைக்கழகத்தில் தமிழ்த் துறை ஏற்படுத்த ரூ.10001 நன்கொடை தருகிறார். பணத்தைப் பெற்றுக் கொண்ட சர்.சி.பி. "தமிழ்மொழி வளர்ச்சிக்கும் வட மொழி வளர்ச்சிக்கும் கொடுப்பதாக ஏற்றுக் கொள்கிறேன்" என்று பணத்தைப் பெற்றுக் கொண்ட பின் பேசுகிறார். இதை எழுதிவிட்டு "இதை எதிர்த்து கேட்கும் 'சுத்தத் தமிழன்' இருக்கிறானா?" என்று எரிச்சலுடன் கேட்கிறார் பெரியார்.

1920களின் நடுப்பகுதிகளில் நடந்த சேரன்மாதேவி குருகுல நிகழ்ச்சியும் காஞ்சிபுரம் மாநாடும் பெரியாரைக் காங்கிரசில் இருந்து வெளியேறச் செய்கின்றன. குருகுலத்தில் தீண்டா மையை எதிர்த்து எஸ். இராமநாதன் காங்கிரஸ் காரிய கமிட்டி யில் கொண்டு வந்த தீர்மானத்தைச் சீனிவாச ஐயங்கார் தவிர அனைத்துப் பார்ப்பனர்களும் உள்கட்சி வேறுபாடுகளை மறந்து எதிர்த்திருக்கிறார்கள்.

திராவிட இயக்க முன்னோடிகள் 'திராவிட தேசியம்' என்ற கருத்தாக்கத்தை முன்வைத்தனர். நடைமுறையில் அது தமிழ் தேசியமாகவே அமைந்ததை 1930களில் காண்கிறோம். தமிழர்கள் தங்கள் சுய அடையாளம் தேடும் முயற்சிகளில் ஒன்றாகவே மொழிவழி ஏகாதிபத்தியத்தை இனங்கண்டு கொண்ட பெரியார் 1926இல் இந்துஸ்தானி தேசிய பாஷையா? என்ற முதல் இந்தி எதிர்ப்புக் கட்டுரையை எழுதுகிறார்.

கடவுள் நம்பிக்கை உடைய தமிழ் அறிவாளிகள் 1930களின் தொடக்கத்தில் பெரியாரிடமிருந்து விலகியே நின்றனர். குடி அரசு இதழில் பொது உடைமைக் கருத்துக்களும் இந்தி எதிர்ப் புக் கட்டுரைகளும் வெளிவந்தன.

1932–33இல் சிங்காரவேலர், அ. இராகவன், மயிலை சீனி. வேங்கடசாமி போன்றோர்களே இக்கட்டுரைகளை எழுதினர்.

அ.இராகவன் 'தமிழ்ப் பண்டிதர்களே இன்னும் தூக்கமா?' என்று கேட்டு, தமிழ் மொழியின் மேன்மை பற்றி 50 பக்கத்தில் புத்தகம் போட்டு 2 ரூபாய்க்கு விற்கும் தமிழ்ப் புலவர்களைச் சாடிவிட்டு, இந்தி எதிர்ப்புக் கிளர்ச்சிக்கு "அடிகளும், முதலியாரும், பிள்ளையும் நாட்டாரும் முன்வரப் போகிறார்களா இல்லையா?" என்றெழுதினார்.

தென்னிந்தியாவின் முதல் கம்யூனிஸ்ட் என்றழைக்கப்பட்ட சிங்காரவேலரின் இந்தி எதிர்ப்புக் குரலுக்கு, அன்றைக்கு தமிழ் நாட்டிலிருந்த பொதுவுடைமை இயக்கத்தினர் கேளாக் காதினராக முகம் திருப்பிக் கொண்டார்கள். இன்றுவரை அப்படித்தான்.

1937இல் இந்தி எதிர்ப்புப் போராட்டம் தமிழ்ப்புலவர்கள், பிற அறிவாளிகள், பொதுமக்கள் ஆகியோர் ஆதரவுடன் வெற்றிகரமாக நடத்தப் பெற்றது. 9 தளபதிகள் (சர்வாதிகாரிகள்) இதற்கென நியமிக்கப்பட்டனர். இவர்களில் இருவர் பெண்கள். ஒருவர் பார்ப்பனர் (காஞ்சிபுரம் பரவஸ்து இராஜ கோபாலாச் சாரியார்) ஈழத்து அடிகள் என அறியப்பட்ட ஈழத்துச் சிவானந்த அடிகளும் இதில் பங்கு பெற்றார். திராவிட இயக்கத்துக்கு ஒரு விரிந்த மக்கள் தளத்தைப் பெற்றுத் தந்தது 1937 இந்தி எதிர்ப்புப் போராட்டமே ஆகும்.

தமிழ் மக்களுக்குத் தமிழ்மொழி பற்றிய தன்னுணர்ச்சி ஊட்டுவதில் 1930களில் திராவிட இயக்கம் குறிப்பிடத்தகுந்த வெற்றியைப் பெற்றது என்றால், வேறொரு வகையில் அனைத்திந்திய தேசியம், திராவிட இயக்கத்தின் மீது வெற்றி பெற்றது. அயோத்திதாசப் பண்டிதர் காலம் முதல் 30 ஆண்டுக் காலமாக திராவிட இயக்கத்தோடு தலித் மக்கள் கொண்டிருந்த உறவு மிக நெருக்கமானது. இரட்டைமலை சீனிவாசன், எம்.சி. ராஜா, மீனாம்பாள் சிவராஜ், எஸ்.பி.ஐ. பாலகுலசிங்கம், மேயர் சிவராஜ், மேயர் முனுசாமிப் பிள்ளை என தாழ்த்தப்பட்ட மக்கள் தலைவர்கள் அனைவரும் திராவிட இயக்கத்தோடு இணைந்து நின்றனர். 1932 பூனா ஒப்பந்தத்தின் மூலம் காங்கிரசு மட்டுமே தாழ்த்தப்பட்ட மக்களின் பாதுகாவலன் என்ற மாயை உருவாக்கப்பட்டது. தமிழ்நாட்டைச் சேர்ந்த எம்.சி. ராஜா விபீடணன் ஆக்கப்பட்டு 1937இல் ராஜாஜி மந்திரி சபையில் அமைச்சராகவும் ஆக்கப்பட்டார். அதன் பின்னர் தாழ்த்தப்பட்ட மக்கள் திரள் மீண்டும் திராவிடக் கருத்தியல் நோக்கி நகர்வதற்கு 40 ஆண்டுக்காலம் ஆயிற்று. தலித் மக்களுக்கு என வலிமையாகத் திரண்ட ஒரு இயக்கம் 30களிலும் 40களிலும் காந்தி மாயையில் கரைக்கப்பட்டது. 40 ஆண்டு காலம் தமிழ்நாட்டில் தலித் மக்கள்

இயக்கமற்றுப் போயினர். இவர்களிலும் பெரும்பாலோர் தென்னிந்தியாவில் அம்பேத்காரை அங்கீகரித்த முதல் இயக்கம் திராவிட இயக்கம் என்பதையும் மறந்து போயினர். 1933லேயே அம்பேத்கரின் நூல்களை ஈரோடு குடியரசு பதிப்பகம் தமிழில் வெளியிட்டது.

1930களில் குடியரசு வெளியீடாகவும் ஈரோடு பகுத்தறிவு நூற்பதிப்புக் கழக வெளியீடாகவும் வெளியிடப்பட்ட அறிவு நூல்களின் தொகுதி மிகப் பெரியதாகும். இங்கர்சால், பெட்ரன்ட் ரஸ்ஸல் ஆகியோரின் மொழிபெயர்ப்பு நூல்களும் கே. பிரமச்சாரி என்பவர் எழுதிய பிரபஞ்ச உற்பத்தி (1930) பெரியார் எழுதிய பிரகிருதி வாதம் 1934 சிங்காரவேலரின் குடியரசு எழுத்துக்கள் ஆகியவை குறிப்பிட்டுச் சொல்லத் தகுந்தவையாகும்.

1937 இந்தி எதிர்ப்புப் போராட்டம் தந்த புதிய தெம்பில் 1938இல் தமிழ்நாடு தமிழருக்கே என்ற முழக்கத்தைப் பெரியார் முன்வைத்தார். 1937–44 காலகட்டத்தை வீரம் மிகுந்த திராவிட தேசியம் உருவான காலம் என்று வகைப்படுத்துகிறார் நம்பி ஆரூரன். மிட்டாமிராசுகள் 1937லேயே திராவிட இயக்கத்தில் இருந்து விலகிக்கொண்டனர் என்றால், சமூகத்தின் மேல் தளத்து மக்கள் திராவிட இயக்கத்திலிருந்து 1944க்குள் விலகிக் கொண்டனர். 1949இல் அண்ணாவின் விலகல் திராவிடத் தமிழ் தேசியக் கருத்தியலுக்கு ஏற்பட்ட மிகப்பெரிய சரிவாகும்.

1940களில் தமிழ்நாட்டில் அனைத்திந்திய தேசியத்தில் நிகழ்ந்த குறிப்பிடத்தகுந்த மாறுதல் காங்கிரசுக் கட்சியின் தலைமை நிரந்தரமாக பார்ப்பனரல்லாதாரின் கைக்கு மாறியது தான். இதனைக் காங்கிரசுக்குள் இராஜாஜி என்ற இந்தியத் தலைவரைக் காமராசர் என்ற (அன்றைய) தமிழகத் தலைவர் வெற்றி கொண்ட கதை எனக் குறிப்பிடலாம்.

1950களில் தமிழ் தேசியக் கருத்தியலின் மறு உயிர்ப்புக்குக் காரணமானது மொழிவழி மாநிலப் பிரிவினையாகும். ஒரு தேசிய இனம் தன் நிலவியல் எல்லைகளில் மீது கொண்ட அக்கறையின் வெளிப்பாடாக ‘தேவிகுளம் பீர்மேடு தமிழர்க்கே’ என்ற முழக்கத்துடன் எழுந்த போராட்டத்தைக் குறிப்பிடலாம்.

ம.பொ.சி.யின் தமிழரசுக் கழகம், சி.பா. ஆதித்தனாரின் நாம் தமிழர் இயக்கம், தி.மு.க, பொதுவுடைமைக் கட்சி ஆகியவை ஓரணியில் திரண்டு நின்று நீதிக்கட்சியின் பழைய தலைவரான பி.டி. ராஜனைத் தலைவராகக் கொண்டு கடையடைப்புப் போராட்டம் ஒன்றை நடத்தின. கண்டன ஊர்வலத்தில்

ஜீவானந்தமும், வெங்கட்ராமனும் காவல்துறையினரின் தடி யடிக்கு ஆளாகிக் காயம் அடைந்தனர். பெரியாரின் ஆதரவைப் பெற்ற பார்ப்பனரல்லாதார் ஆட்சி தயங்கித் தயங்கி ஆட்சி மொழிச் சட்டத்தை நிறைவேற்றியது. ஆனால் தமிழ்நாடு என்ற பெயர் மாற்றத்தை ஏற்க மறுத்தது. பார்ப்பனரல்லாதார் ஆட்சியைக் காப்பது என்ற பெயரில் பெரியார் எடுத்த நிலைப் பாடுகள் தமிழ்த் தேசியத்திற்கு உரமூட்டுவதாக அமையவில்லை.

1965இல் தமிழ் மாணவர்கள் மத்தியில் எழுந்த இந்தி எதிர்ப்புப் போராட்டம் மைய அரசின் வல்லாண்மையைக் குறிக் கொண்டு தாக்கிய போராட்டமாகும். வாக்கு வங்கி அரசியலுக்கு ஆட்பட்ட திராவிடக் கருத்தியலாளர்களின் கட்டுக்களையும் கைகளையும் மீறி எழுந்த நெருப்பாகும் அது.

இன்று அதன் கனல் துண்டுகள் மட்டுமே எஞ்சியுள்ளன. பஞ்சாப், அஸ்ஸாம், காஷ்மீர், ஜார்கண்ட், போடோ, சட்டிஸ்கர் என வடமாநிலங்களில் தேசிய இன உணர்வுகள் அரும்பி வருகின்ற நேரத்தில் அனைத்திந்திய தேசியத்திற்கு மாற்றாக ஒரு தத்துவத்தை வளர்த்தெடுக்க தமிழ்நாட்டில் வாக்கு வங்கித் தலைவர்களால் இயலவில்லை.

பன்னாட்டு மூலதனங்கள் அணுகுண்டுக்குப் பதிலாக வணிக ஒப்பந்தங்களையும், துப்பாக்கிக்குப் பதிலாக தகவல் தொடர்பு சாதனங்களைக் கையகப்படுத்திக் கொண்டும் பெருவாரியான மக்கள் திரளின் அரசியல் சமூக நலன்களைக் கொள்ளையிடு கின்றன. இது பற்றிய தன்னுணர்ச்சியினை இன்று தமிழ்நாட்டுப் புலமையாளர்கள் மட்டுமே பெற்றிருக்கிறார்கள்.

தமிழ்த் தேசிய எழுச்சியின் அடையாளமாகக் கருதப்பட்ட தைப்பொங்கல் விழாவில் தொலைக்காட்சியில் சங்கராச்சாரி யார் அருளாசி வழங்குகிறார். தகவல் தொடர்புச் சாதனங்களின் வழி பார்ப்பனியம் அதிகார மையங்களைத் தன்னிடம் தக்க வைத்துக் கொண்டிருக்கிறது.

பெருவாரியான மக்கள் திரளுக்கு இதற்கு எதிர்நிலையான ஞானம் கிடைக்கவில்லை. இந்த ஞானம் வந்தால் பின் நமக் கென்ன வேண்டும் என்பதுதான் தமிழ்நாட்டுப் புலமையாளர் களின் ஆதங்கமாக இருக்கிறது.

# 4

## இதுதான் பார்ப்பனியம்

### முன்னுரை

உலகின் எல்லா நாடுகளிலும் அரசதிகாரம் உருவான போது அதனை நியாயப்படுத்தும் சித்தாந்தங்களும் உருவாகும். இதுவே உலக வரலாறு காட்டும் உண்மையாகும். அரசதிகாரம் மக்களை ஒடுக்கிய காலங்களில் அதனை நியாயப்படுத்தும் சாத்திரங்களும் எழுதப்படும். பெரும்பாலான மக்கள் எழுத்தறிவற்றவர்களாக வாழும் காலங்களில் எழுதப்பட்ட சாத்திரங்கள் அவர்களது சிந்தனைத் திறனை அடிமைப்படுத்தி தாங்கள் அடிமையென்று தங்களையே ஏற்கச் செய்யும். இந்தியத் துணைக் கண்டத்தில் அவ்வாறு உருவான சித்தாந்தத்தைத்தான் நாம் பார்ப்பனியம் என்று அழைக்கின்றோம். பார்ப்பனியம் என்பது ஒரு கருத்தியல் வன்முறையாகும். பிறப்பின் வழியாகவே ஏனைய மக்கள் திரள்களை இழிந்தவர்கள் என்று அது அடையாளம் காட்டுவதையே நாம் வன்முறை என்கிறோம்.

பிறப்பொக்கும் எல்லா உயிர்க்கும் என்ற வள்ளுவரின் அறத்தினைப் பார்ப்பனியம் ஒருபோதும் ஏற்க இயலாது. பிறப்பினால் பார்ப்பனர் ஆனவர்கள் இன்னமும் தங்களை ஆக மேல்சாதி என்றே உணருகின்றனர். நம்புகின்றனர். இந்த நம்பிக்கையின் மறுபக்கமானது மற்றவர்கள் இழிந்தவர்கள் என்பதாகும். நாடு விடுதலை பெற்று பல ஆண்டுக் காலமான பின்னரும் வாய்ப்புக் கிடைத்த போதெல்லாம் இந்த உணர்வினை வெளிப்படுத்த அவர்கள் தயங்குவதில்லை.

தங்களுக்கு மட்டுமே உரிய வடமொழி, வேதம் ஆகியன அறிவார்ந்த விவாதங்களுக்கு அப்பாற்பட்டன என்பதும், வட்டார மொழிகளை நிராகரித்து சமஸ்கிருதத்தை மட்டுமே

உயர்த்திப் பிடிப்பதும், கோயில்களின் தலைமையும் மற்ற சாதி யினரின் சடங்கியல் தலைமையும் தங்களுக்கேயுரியன எனச் சாதிப்பதும் பார்ப்பனியத்தின் வேசங்களாகும்.

ஒரு சனநாயக நாட்டில் மொழிச் சமத்துவமும் பிறப்புச் சமத்துவமும் ஏற்படாதவரை முழுமையான சமத்துவம் மலர இயலாது. பார்ப்பனிய எதிர்ப்பு என்பது மனித சமத்துவத்துக்கும் சனநாயகத்துக்குமான தேடலாகும்.

அண்மைக் காலமாக காஞ்சி சங்கராச்சாரியாரும் அவரைக் கொண்டு கலாச்சார அரசியல் நடத்துபவர்களும் இந்து என்ற கூட்டுக்குள் ஒன்று சேர்ந்து இருக்கிறார்கள். கிறித்தவரல்லாத, இசுலாமியரல்லாத எல்லா மக்களுக்கும் இவரே ஆன்மீகத் தலைவர் என்பது போல் அவருக்கு ‘முடிசூட்டி’ பெருந்திரளான தமிழர்களை ஏமாற்ற முற்படுகின்றனர். அவர்களது மாயாவாத சித்தாந்தம் எல்லா அரசியல், சமூக அதிகாரங்களையும் மீண்டும் பார்ப்பனிய வன்முறை வலைக்குள் கொண்டுவரப் பார்க்கின்றது. சைவம், வைணவம், நாட்டார் தெய்வங்கள் ஆகிய அனைத்தையும் பார்ப்பனியம் தின்று தீர்க்கப்பார்க்கிறது. இந்தச் சூழ்நிலையில் சமூக வரலாற்றுக் கல்வி ஒன்றே நம்மைக் காப்பாற்றும்.

பிறப்பு வழிப்பட்ட பார்ப்பனியத்தினை மட்டும் எதிர்ப் பதில்லை இந்த வெளியீட்டின் நோக்கம். பார்ப்பனியக் கருத்தி யலை ஏற்றுக் கொண்ட பார்ப்பனர் அல்லாதவர்களும் மறுப்புக் குரியவர்கள். ஆராய்ச்சியாளர்கள் இவர்களைப் புதிய பார்ப் பனர்கள் (Neo-Brahmins) என அழைக்கின்றனர். நிகழ்காலத்தில் எல்லா வகையான ஊடகங்களையும் பார்ப்பனிய கருத்தியல் தனதாக்கிக் கொண்டது. பார்ப்பனியம் என்பது ஒரு பண்பாட்டு வல்லாண்மை என்ற கருத்தை முன்வைத்தே இந்த வெளியீடு உண்மையான சனநாயகத்திற்காகக் குரல் கொடுக்கின்றது.

பார்ப்பன – பார்ப்பனிய எதிர்ப்பு என்பது தமிழ்நாட்டில் பார்ப்பனரல்லாதார் இயக்கம், திராவிடர் இயக்கம், தமிழின விடுதலை நோக்கிலான அமைப்புகள் போன்றவற்றினால் காலந்தோறும் தீவிரமாக நடைபெற்று வந்துள்ளது. ஆனால் இன்றைய நிலையில் பார்ப்பனிய எதிர்ப்பையும், பெரியாரையும் ஒரு காலத்தில் எதிர் மதிப்பீடு செய்த மார்க்சியவாதிகளும் – மார்க்சிய லெனினிய அமைப்புகளும் பார்ப்பனியத்தின் புதிய பரிமாணத்தைப் புரிந்து கொண்டு பார்ப்பனிய எதிர்ப்பு நிலைப் பாட்டை எடுத்து வருகின்றனர்.

இதற்கு மறுதலையாக வடநாட்டில் பாரதீய ஜனதாவின் செயல்பாடுகளும், தமிழ்நாட்டில் செயலலிதா ஆட்சியின் செயல் பாடுகளும், ஆர்.எஸ்.எஸ்., பி.ஜே,பி தமிழ்நாட்டில் காலூன்ற ஒரு வாய்ப்பை ஏற்படுத்தி உள்ளன. அதற்கு இங்குள்ள தினமணி, தினமலர் போன்றவை நல்ல சேவை செய்து வருகின்றன. குறிப் பாக தினமணி நாளிதழில் 10 ஆண்டுகளுக்கு முன் வெளிவந்த ஆர்.எஸ்.என். சத்யா, இந்திரா பார்த்தசாரதி ஆகியோரின் பார்ப்பனியக் கருத்துரைகளும் அவற்றை மறுத்துப் பார்ப்பனிய எதிர்ப்புணர்வுடன் எஸ்.வி. ராஜதுரை, வ.கீதா ஆகியோர் எழுதிய மறுப்புரைகளும் இவ்வகையில் குறிப்பிடத்தக்கன. இக்கடிதங்களைத் தொகுத்து, 'திராவிடத் தினமணியின் பார்ப்பனியம்' என்ற பெயரில் எஸ்.வி. ராஜதுரையும் வ. கீதாவும் ஒரு நூலாகவே வெளியிட்டுள்ளனர் (1992 மார்ச்). இவர்களே 1996இல் வெளியிட்ட 'பெரியார் சுயமரியாதை சமதர்மம்' என்ற நூலும் தமிழர்கள் வாசிக்க வேண்டிய நூலாகும்.

இன்று தமிழ்நாட்டில் உருவாகியுள்ள சூழ்நிலைகளைச் சற்றுப் பொறுமையுடன் கணித்தறிய வேண்டும். கிறித்தவரல்லாத இசுலாமியரல்லாத அனைத்து மக்களுக்கும் 'நான்தான் ஆன்மீகத் தலைவர்' என்று காஞ்சி சங்கராச்சாரியார் எழுதப்படாத அதி காரம் ஒன்றைத் தன் கையில் எடுத்துக் கொண்டுள்ளார். இராம கோபாலன் போன்ற இந்து வெறியர்கள் சிலரும், ஏமாந்து போன ராமகிருஷ்ண மடத்து வேதாந்திகள் சிலரும் வலுத்த குரலில் அதை வழிமொழிந்து ஆர்ப்பாட்டம் செய்கின்றனர். செய்தி யாளர்கள் பொதுநியாயம் பேசுவது போலக் காட்டிக் கொண்டு சங்கராச்சாரியாருக்கு ஆலவட்டம் வீசுகின்றனர். எழுத்துலக மேதை சோ, அவரைச் சார்ந்த முன்னாள்கள் பலர் திரைமறைவு எழுத்துக்களால் பார்ப்பனிய மேலாண்மையினைத் தக்கவைக்க முயலுகின்றார்கள். சங்கர மடத்தின் அதிகாரப் பிற்புலத்தை நினைத்து சைவ, வைணவ மடாதிபதிகளோ பேச்சு மூச்சற்றுப் போய்க் கிடக்கின்றார்கள். பார்ப்பனர் நலன் காக்கும் ஆர்.எஸ். எஸ். இந்து முன்னணி போன்ற அமைப்புகளும் ஓரளவு தமிழ்நாட்டில் வலுப்பெற்று வருகின்றன. 1980க்குப் பின் தோன்றிய அரசியல் கட்சியான பா.ம.க. பெரியாரின் கொள்கை களை வலிமையோடு முன்வைத்தது, 'எங்கள் கட்சியில் பார்ப்பனர்களைச் சேர்க்க மாட்டோம்' என்று பா.ம.க வெளிப் படையாகச் சொல்லியது. ஆனால் அது இந்த நிலைப்பாட்டை எடுப்பதற்கு முன்னரே பார்ப்பனியத்திற்கு அரணான இந்து முன்னணி 1980 தேர்தலில் சட்ட மன்றத்திற்குள் ஒரு உறுப்பினரை அனுப்பிவிட்டது. (குமரி மாவட்டம், பத்மநாபபுரம் தொகுதி).

அண்மையில் தோன்றியுள்ள தலித் அமைப்புகளில் புதிய தமிழகம் அமைப்பும், விடுதலைச் சிறுத்தைகள் அமைப்பும் பார்ப்பனிய எதிர்ப்பினை வெளிப்படையாக முன்வைக்கின்றன.

நாட்டு விடுதலைக்கு முன்னும் பின்னும் பொது உடைமைக் கட்சிகள் உள்பட அனைத்துத் தேசிய கட்சிகளும் பெரியாரையும் அவரது பார்ப்பனிய எதிர்ப்பையும் மிக எளிதாகப் புறந்தள்ளி வைத்தன. பெரியார் வாக்குக் கேட்கும் அரசியலுக்கு வராதது அவர்களுக்கு அவரை எளிதாக ஒதுக்கித் தள்ள ஒரு வாய்ப்பாகவும் இருந்தது. ஆனால் கடந்த பதினைந்தாண்டுகளுக்குள் பார்ப்பனிய எதிர்ப்புணர்வு தமிழ்நாட்டில் மீண்டும் புதிய பரிமாணங்களைப் பெற்றுள்ளது. திராவிடர் இயக்கங்களோடு மார்க்சிய லெனினியம் என்ற பெயரில் பொது உடைமைக் கோட்பாட்டை முன்வைக்கும் சில அரசியல் கட்சிகள் அண்மைக் காலத்தில் பார்ப்பனிய எதிர்ப்பை அங்கீகரித்து வருகின்றன. 'வர்க்கம்' என்ற பிரிவினை முன்வைத்து 'சாதியம்' என்ற வாழ்நெறியைப் பொது உடைமையாளர்கள் முற்றிலும் புறக்கணித்திருந்த காலம் ஒன்று உண்டு. இன்றோ மார்க்சியவாதிகள் வர்க்கத்திற்கும் சாதிக்கும் உள்ள உறவை ஆராயத் தொடங்கியுள்ளனர். இந்த வகையில் இச்சிந்தனையில் கெயில் ஓம்வெட் எழுதிய வர்க்கம், சாதி, நிலம் (Class, Caste & Land) என்ற நூலுக்கு ஒரு தனியிடம் உண்டு. இந்தப் பின்னணியில் தான் பார்ப்பனர் என்ற மக்கள் கூட்டத்தாரையும், பார்ப்பனியம் என்ற கோட்பாட்டையும் இன்று நாம் மீள்பார்வை செய்வது அவசியமாகிறது.

### பார்ப்பனர் யார்?

பிராமணர், அந்தணர், பார்ப்பனர் என்று குறிப்பிடப்படும் மக்கள் தொகுதியை முதலில் நாம் கூர்ந்து கவனிக்க வேண்டும். பொதுவாகச் சிவந்த நிறமும் பெரும்பாலும் மீசை இல்லாத முகமும் மார்பில் பூணூலும் பார்ப்பனரைப் பார்த்த மாத்திரத்திலேயே நாம் அறிய உதவும் அடையாளங்களாகும். இப்போது பார்ப்பனப் பெண்கள் (குடும்பச் சடங்கு நேரங்கள் தவிர) மடிசார் வைத்துப் புடவை கட்டுவது இல்லை. சாதிய மொழி வழக்கு (Caste Dialect) என்பது எல்லாச் சாதியார்க்கும் உரிய பண்புதான். ஒவ்வொரு சாதியார்க்கும் வட்டார வழக்கு உண்டு. இதனை அண்ணாமலைப் பல்கலைக்கழக மொழியியல் ஆய்வுகள் விளக்குகின்றன. ஆனாலும் புதிய கல்வி, நகர நாகரிகம் ஆகியவை மற்ற சாதியாரின் மொழி வழக்கையும் உச்சரிப்பையும் மாற்றியது

போலப் பார்ப்பனர்களின் பேச்சு வழக்கை மாற்றவில்லை. வந்துண்டு இருக்கச்சே, தோப்பனார், ஆத்திலே, வெச்சு, அவாளை, த்வம்சம், பண்ணிப்புடுத்து என்பது மாதிரியான சொல் வழக்கோ உச்சரிப்போ பொது இடங்களில் பார்ப்பனர்களை இன்றும் எளிதில் அடையாளம் காட்டிவிடும். பரம்பரை பரம்பரையாகவே பார்ப்பனர்கள் தமிழ்நாட்டில் (ஆற்று நீர்ப்பாசனம் பெறும்) நீர் வளம் நிறைந்த பகுதிகளிலேயே குடியிருந்தனர். இன்றும் ஓரளவேனும் நீர்வளம் உடைய தஞ்சை, திருச்சி, நெல்லை மாவட்டங்களிலே பார்ப்பனர் எண்ணிக்கை மிகுதியாகும் என்பதை மனத்தில் கொள்ள வேண்டும்.

பார்ப்பனர்கள் பிறப்பினால் உயர்ந்தவர்கள் என்றும் தேவ தூதர்கள் என்றும் சித்தரித்து பார்ப்பனர்களால் புனையப்பட்ட மனுநீதி புராண இதிகாச கதைகளைப் புனிதமானவை என்றும் இவைகளைச் சொர்க்கத்தின் படிக்கட்டுகளாகவும் காட்டி அவற்றைப் பற்றிய ஒரு மாயையைத் தோற்றுவிப்பதில் பார்ப்பனர் கண்ட வெற்றியானது ஏனைய தமிழ்ச் சாதியார் பார்ப்பனர்களையும், வடமொழி புனிதத்தையும் கண்ணை மூடிக் கொண்டு ஏற்றுக்கொள்ள வைத்தது. மூடக்கதைகளின் வாயிலாகப் பார்ப்பன நலன்களையே முழுவதும் போற்றிய இக்கலாச்சார வெற்றியே இன்றுவரை பார்ப்பனர்களின் ஆதிக்கத்தைப் பாதுகாக்கும் அரணாக உள்ளது.

தமிழக மக்கள் தொகையில் பார்ப்பனர் 3% உள்ளனர் என்ற புள்ளிவிபரம் வழி வழியாகச் சொல்லப்படுகிறது. இந்தப் புள்ளி விபரக் கணக்கைப் பார்ப்பனர்களே மறுக்காது ஏற்றுக் கொள் கின்றனர். அறிஞர்கள் தமிழ்நாட்டு மக்களைச் சாதி வாரியாகப் பகுத்து ஆராய்ச்சி செய்யத் தொடங்கி ஒன்றரை நூற்றாண்டு காலமாகிறது. இருப்பினும் பெருமளவு கல்வி வசதி பெற்ற பார்ப்பனச் சாதியாரைப் பற்றிய ஆய்வு நூல்கள் ஒன்றுகூடத் தமிழில் இல்லை. 75 ஆண்டுகளுக்கு முன்பு கிருஷ்ணசாமி அய்யங்கார் எழுதிய History of Sri Vaishava Brahmins என்ற நூலும் 20 ஆண்டுகளுக்கு முன்னர் ந. சுப்பிரமணியன் (ஐயர்) எழுதிய Brahmins in the tamil country என்ற நூலும் ஓரளவு பார்ப்பனர்களைப் பற்றிய சில செய்திகளை அறிய உதவுகின்றன. இவை தங்களை மிக உயர்ந்த சாதியாகவும் வடமொழியோடு இணைந்தவர்களாகவும் ஏனைய தமிழ்ச் சாதியார் ஏற்றுக் கொள்ளுமாறு ஆக்கப்பட்டன. இது ஒரு வரலாற்று உண்மை. இருப்பினும் தங்களைத் தனி நாகரிகமுடைய சாதியார்களாகக் காட்டிக் கொள்ளும் பார்ப்பனர் களுக்கென்று ஒரு தனிமொழி இல்லை என்பதும் வரலாற்று உண்மையே. தமிழ், தெலுங்கு, கன்னடம் என்ற வட்டார

மொழிகளையே வீட்டு மொழிகளாகப் பாரப்பனர்கள் பயன் படுத்தி வருகின்றனர். பார்ப்பனர்கள் தமிழ்நாட்டிற்கு வந்தது குறித்த ஆரியச் சார்புக் கொள்கை ஒன்றும் திராவிடச் சார்புக் கொள்கை ஒன்றும் படித்தவர்கள் மத்தியிலே இருந்து வருகின்றன. மூன்றாவது ஒரு கோட்பாட்டையும் பார்ப்பனரான பேரா. எஸ். இராமகிருஷ்ணன் முன் வைக்கிறார். சிந்து வெளியினரான திராவிடரோடு வந்த புரோகிதர்களும் பின்னாளில் ஆரியராக வந்த பார்ப்பனர்களும் கலந்ததால் உருவானது தமிழக அந்தணர் கூட்டம் என்பது அவர் கருத்து. இதையும் மனத்தில் இருத்திக் கொள்ளலாம்.

ஒரு குறிப்பிட்ட மக்கள் கூட்டம் வெளியிலிருந்து பார்க்கும் போது ஒரே சாதி போலத் தோன்றினாலும் அதன் உள்ளாகப் பல அடுக்குகள் இருக்கின்றன. ஒரு சாதி என்பது ஒரு திருமண உள்வட்டமாகும். (Endogamous group) அதாவது ஒருவன் திருமணம் செய்யக்கூடிய எல்லையே அவனுடைய சாதியின் எல்லையாகும். எடுத்துக்காட்டாக வேளாளரில் தொண்டை மண்டல வேளாளர், கார்காத்த வேளாளர், வயலக வேளாளர் முதலிய பிரிவினரில் ஒருவர் மற்றவரோடு திருமண உறவு கொள்வதில்லை. யாதவர் களில் இவ்வகையான 27 பிரிவுகள் இருப்பதாகக் கூறுவர். இவர் களைப் போலவே பார்ப்பனர்களுக்கு உள்ளாகவும் கோத்திரம், சூத்திரம், வேதம், சாகை என்பனவற்றின் அடிப்படையில் அமைந்த பிரிவுகளும் உண்டு. பார்ப்பனர்களை மொத்தத்தில் மூன்று பெரும் பிரிவுகளாகப் பிரிக்கலாம். 1. ஸ்ரீவைஷ்ணவர்கள், 2. அர்ச்சகர்கள், 3. ஸ்மார்த்தர்கள் என்பன.

## ஸ்ரீ வைஷ்ணவர்கள்

ஐயங்கார், அல்லது ஆச்சாரியார் என்ற பட்டப் பெயருடைய அனைவரும் ஸ்ரீ வைஷ்ணவர்களே. விஷ்ணுவைக் கடவுளாகக் கொண்டதால் இவர்கள் வைஷ்ணவர்கள் ஆவர். இவர்கள் திருநீறு பூசுவதில்லை. நெற்றியில் U அல்லது Y வடிவத் திருமண் மட்டுமே அணிந்திருப்பர். நெற்றியில் அணிந்த திருமண்ணுக்குப் பாதம் இருந்தால் அவர் தென்கலை மரபினர். பாதம் இல்லாதவர் வடகலையார் ஆவார். வைகானச மரபினர், பாஞ்சராத்திர மரபினர் என்ற பிரிவுகளும் உண்டு, இப்பிரிவு ஆகம நெறியைப் பின்பற்றியதாகும்.

இவர்களில் தென்கலையினர் இராமாநுசரைப் பின்பற்றி சாதி வேறுபாட்டினை அதிகம் பாராட்டுவதில்லை. பார்ப்பனர் அல்லாத வைணவரோடு இப்பிரிவினர் மிகுந்த நெருக்கம்

காட்டுவர். தமிழ் மொழிக்கும் ஆழ்வார்களின் பாடல்களுக்கும் மிகுந்த மதிப்பளிப்பவர். தமிழ்ப் பாடல்கள் இல்லாமல் இவர்கள் வீட்டுத் திருமணம் நிறைவுறாது. நம்மாழ்வார் பாடல்களைத் திராவிட வேதம் என்னும் பெயரால் முதலில் அழைத்தவர்களும் இவர்களே. சேலம் விசயராகவாச்சாரியார் தொடங்கி இராச கோபாலாச்சாரியார் வரை தமிழகத்தில் காங்கிரசை வளர்த் தெடுத்ததில் வைணவப் பார்ப்பனர்களுக்கு பெரும்பங்கு உண்டு. பெரியாரின் நண்பர்களாகவும், இந்தி எதிர்ப்பு வீர ராகவும், ராஜாஜியின் அரசியல் எதிரியாகவும் விளங்கிய பரவஸ்து இராஜகோபாலாச்சாரியும், அக்ரகாரத்து அதிசய மணியாய் விளங்கிய வ.ரா.வும் (வ.ராமசாமி ஐயங்கார்) வைணவப் பார்ப்பனர்களே.

### அர்ச்சகர்

சைவ, வைணவக் கோயில்களில் கருவறையில் கடவுளர்களின் உருவங்களைத் தொட்டுப் பூசனை செய்பவர்களை அர்ச்சகர் எனலாம். இவர்கள் வேதத்திலும், வேள்வியிலும் (தீ வளர்ப் பதிலும்) அதிக நாட்டம் செலுத்துவதில்லை. எனவே உருவ வழிபாட்டில் அதிக நாட்டம் உடையவர்கள். கோயில் கருவறைக்குள் முதல் மொழியாக வடமொழியை நிறுத்துவதில் மிகுந்த அக்கறை காட்டுவார்கள். கோயிலில் கருவறைகளில் இவர்களின் தனி ஆட்சி நடைபெறுவதால் அதைப் பயன்படுத்தி பணமும் அதிகாரமும் கொண்ட மேல்தட்டு மக்களை மகிழ் விப்பதில் இவர்களுக்கு இயல்பாகவே ஆர்வம் அதிகம். இந்த இரண்டு பிரிவினரில் வைணவக் கோயில் அர்ச்சகரான ஐயங் கார்கள் தமிழில் உள்ள வைணவத் தத்துவ நூல்களில் தனி ஆர்வம் செலுத்துவர். சைவக் (சிவன்) கோயில் அர்ச்சகரான பட்டர் அல்லது சிவாச்சாரியார் தமிழில் உள்ள சைவத் தத்துவ நூல்களைப் படிப்பதில் ஒருபோதும் ஆர்வம் காட்டுவதில்லை. மாறாகத் தமிழரது சைவ சித்தாந்தக் கொள்கையே வடமொழி யிலுள்ள ரௌரவ ஆகமத்திலிருந்து வந்தது என்று வாதாடுவர். அதனால்தான் சைவக் கோயில்களில் திருமுறைப் பாடல்களை ஓதுவதற்கென்றே பார்ப்பனரல்லாத ஒருவர் (ஓதுவார்) தனியாக நியமிக்கப்பட்டிருப்பதைச் சாதாரணமாகக் காணலாம்.

### ஸ்மார்த்தர்

பார்ப்பனர் என்ற தன்னுணர்வை நிரம்பப் பெற்றவர்கள் ஸ்மார்த்தப் பார்ப்பனர்களே. இவர்கள் நெற்றியில் திருநீறு அல்லது சந்தனக் கீற்று அணிவர். கோயிலில் வேதம் ஓதுவது

தவிரப் பிற வேலைகளை இவர்கள் ஏற்பதில்லை. ஸ்மார்த்தர் என்ற பெயர் ஸ்ருதி (சொல்லப்படுவது) என்பதிலிருந்து வந்த தாகும். வடமொழி வேதங்களும், வேதசாரமான மகாவாக்கியங் களும் எழுதப்படாமல் நீண்ட காலமாக சொல்லப்பட்டே வந்திருக்கின்றன. இவைகளே இவர்களுக்குத் தெய்வம் போலப் பிரமாணமாகும். எல்லா நிலைகளிலும் தீண்டாமைக் கொள்கையை அனுசரிப்பதும் இவர்களே. காலையில் குளிப்பது தொடங்கி அந்த நாளுக்குரிய காலைப் பூசையை முடிப்பது வரை வட மொழி தவிரப் பிற மொழியை (தமிழை) உச்சரிப்ப தில்லை என்ற உறுதியான வழக்கம் இவர்களுக்கு உண்டு (கேட்டால் இல்லை என்று மறுப்பார்கள்).

இக்காலத்தில் இவர்கள் அனைவரும் சங்க வேதாந்தம் (மாயாவாதம்) என்னும் கொள்கையை ஏற்றுக் கொண்டிருக் கிறார்கள்.

சிருங்கேரி, காஞ்சி ஆகிய சங்கர மடங்களுக்குச் சீடர்களாக இருப்பவர்கள் அனைவரும் ஸ்மார்த்தப் பார்ப்பனர்களே ஆவர். ஈஸ்வரன் (கடவுள்) என்று ஒருவர் தனியாக இருப்பதாக இவர்களின் மாயாவாதம் ஒத்துக் கொள்வதில்லை. இருந்தாலும் ஒரு கடவுள் இருப்பதுபோல இக்காலத்தில் காஞ்சி மடாதி பதிகள் 'இந்து' என்ற போர்வையில் சைவ, வைணவ ஒற்றுமை பற்றிப் பேசுவதும் திருப்பாவை திருவெம்பாவை மாநாடுகள் நடத்துவதும் ஆன்மீக உலகத்தில் வேடிக்கைக்கும் சிரிப்புக்கும் உரிய விசயங்களாகும். அர்ச்சகர் அல்லாத ஐயர் என்று பட்டம் இட்டுக் கொள்பவரும், கனபாடிகள், ச்ரௌதிகள் என்று பட்டமிட்டுக் கொள்பவர்களும், ஸ்மார்த்தப் பார்ப்பனர்களே. வேதத்தைக் கனம் என்ற தகுதிவரை படித்தவர்கள் கனபாடிகள். அதற்குக் குறைவாகச் சொல்லத் தெரிந்தவர்கள் ச்ரௌதிகள். க்ரமம் என்ற மிகக் குறைந்த கல்வி பெற்றவர்கள் க்ரம வித்தர்கள். இவர்களுக்கு அரசர்கள் வாரி வழங்கிய ஊருக்குத்தான் கிராமம் என்று பெயர். இதுமட்டுமல்ல, பார்ப்பனர்களுக்கு அரசர்கள் அவ்வப்போது ஹிரண்ய கர்ப்ப, கோகர்ப்ப தானங்களையும் வழங்கியுள்ளனர். அதாவது பொன்னாலாகிய கர்ப்பப்பை, பொன்னாலாகிய பசுவின் கர்ப்பப்பை ஆகியவற்றைச் செய்த அரசர்கள் அதில் நுழைந்து வெளிவந்த பின் அவற்றைப் பார்ப் பனர்களுக்குத் தானமாக வழங்கிவிட வேண்டும். இவை யெல்லாம் கல்வெட்டுகளிலிருந்து கண்டறியப் பெற்ற உண்மை கள். பொய்க்கதை இல்லை. மொத்தத்தில் தமிழ் மொழியிட மிருந்தும் தமிழ் மக்களிடமிருந்தும் பெருமளவு அந்நியமாகியிருப் பவர்கள் ஸ்மார்த்தப் பார்ப்பனர்களே.

## பார்ப்பனர் மேலாதிக்கம்:
## ஒரு வரலாற்றுப் பார்வை

தமிழ்நாட்டின் வரலாற்றையும் பண்பாட்டையும் அறிவதற்கு நமக்குக் கிடைக்கும் சான்றுகளில் மிகப் பழமையானது சங்க இலக்கியம் எனப்படும் இலக்கியச் சான்றேயாகும். உத்தேசமாக கி.மு. 3ஆம் நூற்றாண்டிலிருந்து கி.பி.5ஆம் நூற்றாண்டு வரையிலான காலத்தின் தமிழகப் பண்பாட்டை அறியச் சங்க இலக்கியங்கள் தெளிவான சான்றுகளாகும். நகரங்களும், அரசுகளும் அரசர்களும் கிறித்துவின் சமகாலத்திலேயே தமிழ்நாட்டில் பார்ப்பனர்களுக்கு அடிமையாகி விட்டதைப் பார்க்க முடிகிறது. பார்ப்பனர்களின் 7 ரிஷி கோத்திரப் பெயர்களையும் தமிழ்நாட்டுப் பேரரசர்கள் பார்ப்பனர்களுக்குத் தலைவணங்கியதையும் அரசனுக்கு அடுத்த நிலையிலிருந்த பணக்கார (நில முதலாளிகள் – கிழார்) வேளாளர்களோடு பார்ப்பனர்கள் நல்லுறவுவைத்திருந்த தையும் சங்க இலக்கியங்களிலிருந்து தெளிவாக அறிகிறோம்.

ஆனாலும் அக்காலத்தில் பார்ப்பனர்கள் யாரும் கோயில் பூசை செய்பவர்கள் அல்லர். ஏனெனில் அக்காலத்தில் கோயில் என்பது மிகப் பெரிய சமூக நிறுவனமாக வளர்ச்சியடைய வில்லை. மண்ணாலும் மரத்தாலுமான சிறு கோயில்களே அக்காலத்தில் இருந்தன. எனவே அக்காலத்தில் அரசனுக்கு அருகில் இருந்த எல்லாப் பார்ப்பனர்களும் வேள்வி செய்த ஸ்மார்த்தப் பார்ப்பனர்களே. அவர்கள் கோயிலில் பூசை செய்த வர்கள் அல்லர். இவர்கள் வழிபட்ட வேதகாலத் தெய்வங் களான அக்னி, வருணன், இந்திரன் போன்ற தெய்வங்களுக்குக் கோயில்கள் தமிழ்நாட்டில் எப்பொழுதும் கிடையாது. ஆயினும் அரசன் பணிந்து வணங்கும் அளவுக்கான அதிகாரம் பார்ப்பனர் கையில் இருந்தது என்பது மட்டும் அழுத்தமான வரலாற்று உண்மையாகும்.

இந்த அதிகாரத்தைத் தொடர்ந்து சில நூற்றாண்டுகாலம் பார்ப்பனர்கள் தக்க வைத்துக் கொண்டிருந்தனர். பின்னர் கி.பி. ஏழாம் நூற்றாண்டின் தொடக்கத்தில் தமிழ்நாட்டில் பக்தி இயக்கம் ஒரு பேரலையாக எழுந்தது. தனி ஒரு கடவுளை ஏற்றுக் கொள்ளாத சமணத்திற்கும் பௌத்தத்திற்கும் எதிராக அனைத்து சாதிகளும் பார்ப்பனர்களால் ஒன்று திரட்டப்பட்டனர். வருவதை உணராத வேளாளர்களும் பார்ப்பனர்களோடு முழு மூச்சாக இந்த இயக்கத்தில் ஒன்றிணைந்தனர். அதன் விளைவாக சமண பௌத்த மதங்கள் தமிழ்நாட்டில் வேரோடு சாய்க்கப்பட்டன. ஏனைய கோயில்கள் கற்கோயிலாக மாற்றப்பட்டன. அவற்றின்

பெயரில் மிகப் பெரிய சொத்துக்கள் உருவாயின. கோயில்கள் அரசியல் அதிகாரத்தின் துணை நிறுவனங்களாக மாறி வளர்ந்தன.

தமிழில் இருந்த ஆகமங்களைப் பார்ப்பனர் வடமொழியில் பெயர்த்து வைத்துக் கொண்டனர். வடநாட்டில் உள்ள கோயில்களுக்கு இந்த ஆகம முறைகள் இன்றும் பொருந்தாது. ஏனென்றால் அங்கே தமிழ்நாட்டில் இருப்பதைப் போலப் பெரிய கோயில்கள் 5% கூடக் கிடையாது. அவற்றின் கட்டுமானக் கலையும் திராவிடக் கலையல்ல.

பார்ப்பனர்களில் ஒரு பிரிவினர் அர்ச்சகர் என்ற பெயரில் உருவ வழிபாட்டுக்கு மாறிக் கருவறையில் நுழைந்தனர். கோயிலின் ஆன்மீகத் தலைமைப் பதவியைக் கைப்பற்றினர். கோயில் சார்ந்த பார்ப்பனர்களின் உணவு, உடை, உறைவிடம் (வீடு) வேதக் கல்வி ஆகிய அனைத்துத் தேவைகளும் சேர, சோழ, பாண்டிய, பல்லவ, விசய நகர அரசர்களால் முழு மனத்துடன் ஏற்றுக் கொள்ளப்பட்டன.

வேதக் கல்விக்காக அரசர்களால் விடப்பட்ட மானியத்துக்குக் கிடைப்புறம் என்று பெயர். அன்றைய அரசுகள் பார்ப்பனர்களுக்கு மட்டுமே கல்விச் செலவை ஏற்றன. அனைவருக்கும் கல்வி என்ற சமண மதக் கோட்பாட்டை அரசர்கள் ஏற்க விடாமல் பார்ப்பனர்கள் பார்த்துக் கொண்டனர். அது முதற் கொண்டு 14ஆம் நூற்றாண்டின் தொடக்கத்தில் முசுலீம் படையெடுப்புகளால் ஏற்பட்ட சிறு இடையூறைத் தவிர 18ஆம் நூற்றாண்டின் முதற் பகுதிவரை பார்ப்பனர்களின் அனைத்துத் தேவைகளும் அரசாங்கத்தால் (மக்களின் வரிப் பணத்தால்) நிறைவு செய்யப்பட்டன. அரசர்கள் போர் புரியும் போது பார்ப்பனர்களை எவ்விதத் தாக்குதலுக்கும் உட்படுத்தக் கூடாது என்ற சட்டமும் வகுக்கப்பட்டிருந்தது. (சிலப்பதிகாரத்தில் மதுரை நகரைக் கண்ணகி எரிந்து சாம்பலாகட்டும் என்று சாப மிடுவதாகக் கூறப்படும்போதும் பார்ப்பனர்களை இந்நெருப்பு தீண்டக்கூடாது என்று சொல்லும் அளவுக்குப் பார்ப்பனர்கள் செல்வாக்கு உயர்ந்திருந்தது என்பது குறிப்பிடத்தக்கதாகும்) ஏறத்தாழ 18 நூற்றாண்டு காலம் பார்ப்பனர்கள் தமிழ்நாட்டு அரசுகளின் சலுகையளிக்கப்பட்ட குடிமக்கள் (Privileged Citizens) ஆக வாழ்ந்தனர் என்பது யாராலும் மறுக்க முடியாத வரலாற்று உண்மையாகும் (இவர்கள்தான் தாழ்த்தப்பட்ட மக்கள் அரசுச் சலுகை என்ற பெயரில் தங்கள் உரிமையை அரை நூற்றாண்டுக் காலம்கூட அனுபவிக்கத் தடையாக இருந்து வருகின்றனர்).

19ஆம் நூற்றாண்டின் நடுப்பகுதிக்குள் மெக்காலேயின் ஆங்கிலக் கல்வி முறை நடைமுறைக்கு வந்தது. மனுதர்ம நெறிப்படி காலங்காலமாக கல்வியைத் தங்களுடைய ஏகபோகமாகவும், மற்றவர்களுக்கு உரிமையில்லாமலும் ஆக்கி வைத்திருந்தார்கள் பார்ப்பனர்கள். தங்களை விரைவாக ஆங்கிலக் கல்விக்கு உட்படுத்தினர். அதன் விளைவாக 1875க்குள் ஆங்கிலக் கல்வி பெற்ற பார்ப்பனர் அனைவரும் நீதித்துறை, வருவாய்த்துறை ஆகிய இரண்டு துறைகளையும் தங்கள் கைவசப்படுத்தினர். அப்போதுதான் வளரத் தொடங்கியிருந்த தமிழ்ப் பத்திரிகைத் துறையில் புகுந்தனர். இந்துமதம் என்ற போர்வையில் ஒரு குலத்துக்கு ஒரு நீதி சொல்லும் சனாதன தர்மத்தைப் பத்திரிகையின் வாயிலாக வளர்க்கத் தொடங்கினர். அப்போது மெதுவாகக் கிளர்ந்து கொண்டிருந்த தேசிய இயக்கத்தையும் தம்வசப்படுத்தினர். தமிழ் நாவலாசிரியரான வத்தலக்குண்டு ராஜமையர் Rambles of Vedanta என்ற புகழ் பெற்ற ஆங்கில நூலை எழுதியதும் இக்காலத்தில்தான். சுதேசமித்திரன் இதே காலத்தில் சனாதன தர்மத்தினைப் பாதுகாக்க மிகுந்த அக்கறையுடன் செயல்பட்டது. சனாதன தர்மத்தின் வெளிப்பாடான The Hindu என்ற பெயரே, பார்ப்பனர்கள் நடத்திய ஆங்கிலப் பத்திரிகைக்கு இடப்பட்டது.

தமிழ்நாட்டில் மட்டுமல்ல இந்தியாவின் பிற பகுதிகளிலும் இந்திய தேசிய எழுச்சியை இந்து மறுமலர்ச்சி இயக்க எழுச்சியாகக் காட்ட முயற்சிகள் நடந்தன. மராட்டியத்தின் திலகரும் வங்காளத்தின் அரவிந்தரும் தமிழ்நாட்டு ராஜமையரும் பேசிய தத்துவம் வேதாந்தமே. ஆக மொத்தத்தில், இந்திய தேசியத்திற்கு முன்னே பார்ப்பனர்களே வேதாந்தப்பதாகை பிடித்து வந்தனர் என்பது வரலாற்று உண்மை. மராட்டிய சிங்கம் எனப்பட்ட திலகர் கீதைக்கு உரை (கீதாபாஷ்யம்) எழுதிய பிறகுதான் உயர் சாதி மக்கள் ஏற்றுக்கொண்ட தலைவரானார். தேசிய எழுச்சிக்கான பண்பாட்டு உத்திகளாகப் பவானி பூசையினையும் விநாயகர் வழிபாட்டையும் அவர் முன் வைத்தார். விநாயக சதுர்த்தி அரசியல் ஆனதற்கு அவரே முதற்காரணம். இதன் பின் விளைவாகவே 1923இல் இந்து மகாசபை வேத காலத்திற்குத் திரும்புதல் என்று தன் கொள்கையை வெளிப்படையாகவே முன் வைத்து 1925இல் ஆர்.எஸ்.எஸ். தொடங்கப்பட்டது.

இருபதாம் நூற்றாண்டு தொடங்குகிற நேரத்தில் நீதித்துறையும் வருவாய்த்துறையும் மட்டுமல்லாமல் தமிழ்நாட்டுக் கல்வித் துறையும் பார்ப்பனர்களின் வசமாகிவிட்டது. அக்காலத்தில் சென்னைப் பல்கலைக்கழகத்தின் பட்டதாரிகளில் 80% பார்ப்பனர்களாக இருந்தனர். அவர்களின் மூலம் சென்னை ஆளுநரின்

ஆலோசனை சபைக்குத் தேர்ந்தெடுக்கப்படும் உறுப்பினரும் பார்ப்பனராகத்தான் இருக்க முடியும் என்ற நிலை உருவானது. நவீன விஞ்ஞானத் துறையிலும் அரசியல் துறையிலும் புகுந்த அதே நேரத்தில் தங்கள் கைவசம் இருந்த அதிகாரத்தைக் கொண்டு பார்ப்பனர்கள் சனாதன தர்மத்தையும் தக்க வைத்துக் கொண்டனர். பள்ளிகளிலும், கல்லூரிகளிலும் அரசாங்க மானியத்தில் சமஸ்கிருதம் கட்டாயமாகத் தெரிந்திருக்க வேண்டும் என்னும் அரசாங்க விதி 1921இல் நீதிக்கட்சி அரசின் முதல் அமைச்சர் ஆன பனகல் அரசர் (சென்னைப் பல்கலைக் கழகத்தில்) மசோதா கொண்டு வந்து மருத்துவக் கல்லூரிகளில் படிக்க சமஸ்கிருதம் தெரிந்திருக்க வேண்டும் என்பதை நீக்கினார். (ஆதாரம் 1985 பெரியார் நாட்குறிப்பு. பக். 107) இந்தக் காலத் தமிழ் இளைஞர்கள் இதைக் கற்பனை செய்துகூடப் பார்த்திருக்க மாட்டார்கள்.

இந்த விதிமுறையின் விளைவாகப் பணமும் அதிகாரமும் சமூக கௌரவமும் தரும் ஆங்கில மருத்துவப் படிப்பு, சட்டப் படிப்பு, பொறியியற் படிப்பு ஆகிய கல்வித் துறைகளில் பார்ப்பனர்களே பேராதிக்கம் செலுத்தினர். இவையல்லாத பொதுக் கல்வியிலும் உயர்கல்வி என்பது பார்ப்பனர்களுக்கு உரியதாக இருந்தது. தமிழ்நாட்டில் அன்று இருந்த ஒரே பல்கலைக்கழகமான சென்னைப் பல்கலைக்கழகப் பட்டதாரிகளில் 1880–1911இல் 64% ஆகவும், 1890–91இல் 67% ஆகவும், 1901–1911இல் 71% ஆகவும், 1918இல் 67% ஆகவும் பார்ப்பனர்களே இருந்தனர்.

அடிப்படைக் கல்வியிலும் பார்ப்பனர்கள் அதன் போக்கைத் தங்களுக்குச் சாதகமாக அமையும்படி தீர்மானித்தார்கள். பார்ப்பனர்களின் வேதக் கல்வி என்பது முழுக்க முழுக்க மனப்பாடம் சார்ந்த கல்வியாகும். மனப்பாடப் பயிற்சி எழுத்தறிவில்லாத மற்ற சாதியார்க்குக் குறைவே. மெக்காலே கல்வியின் அடிப்படையில் நன்றாக மனப்பாடம் செய்யும் மாணவனே நிறைய மதிப்பெண் பெற்று, சிறந்த மாணவன் ஆகிவிடுவான். எனவே பரம்பரையாக மனப்பாடப் பயிற்சி உடைய பார்ப்பன மாணவர்கள் சிறந்த மாணவர்களாக வெற்றி பெறுவது தவிர்க்க முடியாததாகிவிடும் (கல்வித் துறையில் இக்குறைபாடு இன்றளவும் களையப்படாதது வேதனைக்குரிய செய்தியாகும்)

இதன் பின்விளைவாக வருவாய்த் துறையிலும், நீதித் துறையிலும், பார்ப்பனர்கள் தொடர்ந்து மேலாதிக்கம் பெற முடிந்தது. 1912இல் சென்னை மாகாணத்தில் 140 டெபுடி கலெக்டர்களில் (மாவட்டத் துணை ஆட்சித் தலைவர்) 77 பேர்

பார்ப்பனர்களாக இருந்தனர். 18 துணை நீதிபதிகளில் (சப் ஜட்ஜ்களில்) 15 பேர் பார்ப்பனர்கள், 129 உரிமையியல் நீதிமன்ற நடுவர்களில் (முன்சீப்புகளில்) 93 பேர் பார்ப்பனர்கள்.

இதே நேரத்தில் பார்ப்பனர்கள் ஒரு போக்கையும் திட்டமிட்டு மேற்கொண்டனர். பார்ப்பனர் கையில் இருந்த பெருங் கோயில்களுக்கும் கோயில் பார்ப்பனர்களுக்கும் கோயில் கலாச்சாரத்திற்கும் 19ஆம் நூற்றாண்டின் தொடக்கப்பகுதி முதலே அரசாங்க ஆதரவு வரலாற்றில் முதல்முறையாக இல்லாமல் போயிற்று. பெரிய நிலக்கிழார்களும், ஜமீன்தார்களும் செல்வாக்கு இழந்து போய்விட்டனர். கலெக்டரின் பெயரால் மாவட்டத் தலைநகரங்களிலும், கவர்னர் என்ற பெயரில் சென்னை நகரத்திலும் வைசிராய் என்ற பெயரில் டெல்லியிலும் புதிய அதிகார மையங்கள் தோன்றி விட்டன. அதிகார மையங்களை நெருங்குவதற்கு ஆங்கிலக் கல்வியே பார்ப்பனர்களுக்கு வழியாக இருந்தது. எனவே கிராமத்து நிலங்களையும், கோயில்களையும் சமஸ்கிருதக் கல்வியையும், குடுமியையும் விட்டு விட்டு ஆங்கிலக் கல்விக்கும், அதிகாரப் பதவிகளுக்கும் ஆசை கொண்ட பார்ப்பனர்கள் நகரங்களுக்குக் குடிபெயர்ந்தனர். இரண்டாம் உலகப் போர் நடைபெற்ற போது செர்மன் உலக அரங்கில் வெற்றி பெறும் என்ற கணிப்பில் இங்குள்ள பார்ப்பனர்கள் செர்மானிய மொழியினைக் கற்கத் தொடங்கினர். சென்னையில் மயிலாப்பூர், திருவல்லிக்கேணி ஆகியவற்றை ஒட்டி பார்ப்பனர்களின் புதிய குடியேற்றங்கள் உருவாயின.

அரசாங்கப் பதவிகள் மட்டுமல்லாது பேராசிரியர்கள், உயர் நீதிமன்ற வழக்கறிஞர்கள் ஆகிய பதவிகளையும் பார்ப்பனர் தமதாக்கிக் கொண்டனர். இருபதாம் நூற்றாண்டின் தொடக்கத்தில் வலிமை வாய்ந்ததாக உருவெடுத்த புதிய துறையான பத்திரிகைத் துறையும் பார்ப்பனர்கள் வளைத்துக் கொண்டனர். இந்து, சுதேசமித்திரன் போன்ற நாளிதழ்களும் சில சிறிய வார இதழ்களும் புதிய பார்ப்பனக் கலாச்சாரத்தைப் பாதுகாப்பதிலும் பரப்புவதிலும் முனைந்து செயல்பட்டன. வலிமை வாய்ந்த பத்திரிகை சாதனத்தின் துணையாலும், வானொலியின் துணையாலும் அதுவரை தாங்கள் இழிந்தது என்று ஒதுக்கிவைத்திருந்த தமிழர்களின் பாட்டையும் கூத்தையும் தங்களுக்கெனப் பறித்துக் கொண்டனர். தமிழிசை கர்நாடக சங்கீதமாயிற்று. தொல்காப்பியம் தொடங்கி, சிலப்பதிகாரம் வரையான தமிழிசை இலக்கணங்கள் அனைத்தும், பார்ப்பனர்களால் பறிக்கப்பட்டன.

ஆனால் இவற்றைப் பற்றி பல்கலைக்கழகங்களில் ஆராய்ச்சி செய்து முனைவர் பட்டம் பெற்றுக் கொண்டவர்கள் எல்லோரும் பார்ப்பனர்களே.

1993 பிப்ரவரி சுபமங்களா இதழில், 'கர்நாடக இசை பார்ப்பனர் இசை என்ற கருத்து நிலவுகிறதே' என்ற கேள்விக்கு விமரிசகர் சுப்புடு (ஐயர்) "பொதுவாக அவர்கள் (பார்ப்பனரல்லாதார்) இந்த லயனுக்கு வரல்லே" என்று பதிலளித்தார். எவ்வளவு பெரிய வரலாற்றுப் பொய் இது! தஞ்சை நால்வர் என்று அழைக்கப்படும் பொன்னையா, சின்னையா, சிவானந்தம், வடிவேலு ஆகிய நால்வர்தான் இன்றைய பரதநாட்டிய நிகழ்ச்சிகளின் முன்னோடிகளாவர். இசை வேளாளர் மரபில் பிறந்த இவர்களின் கலைப் பெரும் பணியினை மறைப்பதற்காகவே, இவர்கள் 'கர்நாடக மும்மூர்த்திகள்' என்று தெலுங்குக் கீர்த்தனங்கள் பாடிய மூன்று பார்ப்பனர்களை முன்னாலே நிறுத்தினார்கள். முத்துத்தாண்டவர், மாரிமுத்தாப்பிள்ளை, சீர்காழி அருணாச்சலக் கவிராயர் ஆகிய தமிழ் இசை ஆசிரியர்கள் மறைக்கப்பட்டனர். கல்கியும், ஆனந்த விகடனும் இருக்கிறபோது, அறிவுலகத் திருட்டுத்தனங்களில் இவர்களுக்கு கவலையேதும் கிடையாது.

தமிழர்களின் கலாச்சாரச் சொத்தைப் பிடுங்கிக் கொண்டு அது பரம்பரையாகத் தங்களுடையதே என்று சாதிக்கும் மேல்சாதி ஏமாற்று வேலை இது. சேர, சோழ, பாண்டிய, விஜயநகர அரசர்களின் காலத்தில் எந்தப் பார்ப்பனன் பாட, எந்தப் பார்ப்பனப் பெண் மேடையேறி ஆடினாள்? ஏன் இன்னும் திராவிடர் இசை நாகரிகத்தைக் காட்டும் பெருவங்கியமும் (நாத சுரமும்) தவிலும் வாசிக்கப் பார்ப்பனர்கள் முன் வருவதில்லை? இசை வேளாளர் வகுப்புச் சகோதரிகள் ஆடிவந்த சதிர் என்னும் தமிழர் நடனத்தைக் காலனிய ஆட்சி வரலாற்றில் முதல் முறையாகப் பார்ப்பனப் பெண் மேடையேறி ஆடத் தொடங்கினாள். அதற்குப் பரதநாட்டியம் என்று புதுப் பெயர் சூட்டப் பெற்றது.

இருபதாம் நூற்றாண்டின் பிற்பகுதியிலே வாழுகிற தமிழன் கர்நாடக சங்கீதமும், பரத நாட்டியமும் பார்ப்பனர்களின் கண்டுபிடிப்பு என்றும் காலங்காலமாக அவற்றை அவர்களே வளர்த்தனர் என்றும் நம்புகிறான். இந்த ஏமாளித்தனத்தை எப்படி மாற்றுவது?

இருபதாம் நூற்றாண்டின் தொடக்கத்தில் திலகராலும் பின்னர் காந்தியாலும் வளர்க்கப்பட்ட இந்திய தேசியம் பார்ப்பன கலாச்சாரத்திற்குப் பாதுகாப்பாக அமைந்தது. காந்தியார் வர்ணாசிரம தர்மத்தில் தான் கொண்ட நம்பிக்கையை ஒழிவு மறைவில்லாமல் வெளியிட்டார். அதன் காரணமாகப் பார்ப்பனர்கள் அலை அலையாக இந்திய தேசியக் காங்கிரசுக்குள் புகுந்தனர். அந்தச் சமயத்தில் 'அனைத்துச் சாதியினருக்கும் சாதியினரின் மக்கள் விகிதாச்சாரப்படி வகுப்புரிமை வேண்டும்' என்ற தீர்மானத்தினை காங்கிரசில் பெரியார் கொணர்ந்தார். இதற்கு ஆதரவாகத் திரு.வி.க. வ.உ.சி. ஆகியோர் இருந்தனர். ஆனால் பின்னர் அதே திரு.வி.க வும் ஒரு காரணமாக ஈ.வெ.ரா. பெரியார் காங்கிரசில் இருந்து வெளியேறினார். ஆக மொத்தத்தில் சுதேசமித்திரன் ஜி. சுப்பிரமணிய ஐயர் கலந்து கொண்ட முதல் காங்கிரஸ் மகா சபை தொடங்கி, தமிழ்நாடு காங்கிரசை மெல்ல மெல்லக் கைப்பற்றும் பார்ப்பனர்களின் முயற்சி 1924இல் முழுமை பெற்றது. அந்த ஆண்டில் தமிழ்நாட்டில் இருந்து அகில இந்திய காங்கிரஸ் கமிட்டிக்குத் தேர்ந்தெடுக்கப்பட்ட 14 பேர்களில் 13 பேர் பார்ப்பனர்களாக இருந்தனர். இதுவே இதனை விளக்கப் போதுமான சான்றாகும்.

இக்காலகட்டத்தில் தமிழ்நாட்டில் பார்ப்பன சக்திகளின் நிலை எவ்வாறு இருந்தது என்று பார்க்க வேண்டும். சர்.சி.பி. இராமசாமி ஐயர் தலைமையில் மயிலாப்பூர் கோஷ்டி என்று ஒன்று அரசியல் தலைமைக்கு (கவர்னருக்கு) நெருக்கமாக இருந்தது. மயிலாப்பூர் கோஷ்டியில் பெரும்பாலும் பார்ப்பன வக்கீல்களே இருந்தனர். அரசியல் தலைமையைப் பெரும்பாலும் அனுசரித்துப் போகும் போக்கு இவர்களிடம் இருந்தது. இந்த கோஷ்டியினரைத்தான் பாரதி 'மயிலாப்பூர் வக்கீல்கள்' என்றும் தன்னுடைய கவிதையில் 'அந்தகர்' என்றும் 'அலிகள்' என்றும் சாடித் தீர்க்கின்றான். இந்த நேரத்தில்தான் சேலத்து வக்கீல் இராஜகோபாலாச்சாரியார் சென்னைக்கு வந்து மயிலாப்பூர் கோஷ்டியின் பக்கம் சாய்கிறார். பிறகு தேசபக்தன் பத்திரிகை நடத்திய திரு.வி.க.வைத் தன்னுடைய ஆதரவாளராக அவர் வளைத்துக் கொண்டார்.

பார்ப்பனியத்தின் பலமான அம்சங்களில் ஒன்று அவர்கள் தங்கள் சார்பில் பேசப் பார்ப்பனர் அல்லாத அடிமைகளைத் தேர்ந்தெடுத்துக் கொள்வதுதான். தமிழகச் சமூக அரசியல் வரலாற்றில் குறிப்பிடத்தக்க Non- Brahmin Manifesto *(1916)* என்று

அழைக்கப்படும் பிராமணரல்லாதார் அறிக்கையினை உடனடி யாக எதிர்த்தவர்கள் குத்திகேசவ பிள்ளையும் ஐரிஷ் பிராமணி யான அன்னிபெசன்டு அம்மையாரும்தான். எனவேதான் இன்றளவும் பள்ளிப் பிள்ளைகளுக்கான வரலாற்றுப் பாடப் புத்தகத்தில் அன்னிபெசன்ட் பற்றியதான செய்திகள் உயர்வாக இடம் பெறுகின்றன.

1920களின் தொடக்கத்தில் தமிழ்நாடு காங்கிரஸ் கமிட்டித் தலைவராக டி. வெங்கட்ராம ஐயர் இருந்தபோது கீழ்க்காணு வோர் மாவட்டக் காங்கிரஸ் கட்சித் தலைவர்களாக இருந்தனர். மதுரை–வைத்தியநாத ஐயர், திருச்சி–சாமிநாதையர், தஞ்சாவூர் பந்துலு ஐயர், திருநெல்வேலி–மகாதேவ ஐயர், கோயமுத்தூர்– என்.எஸ். இராமசாமி ஐயர், சேலம்–ராமராவ், வட ஆற்காடு– சுப்பிரமணிய சாஸ்திரி, சென்னை–ராமசாமி ஐயங்கார்.

1922இல் வ. வரகனேரி வேங்கட சுப்பிரமணிய ஐயர் என்ற வ.வே.சு ஐயர் 1992இல் நெல்லை மாவட்டம் சேரன்மகா தேவியில் ‘இந்து தர்மத்தை மீட்டெடுக்க’ ஒரு குருகுலத்தைத் தொடங்கினார். இது நெல்லை மாவட்டம் கல்லிடைக்குறிச் சியில் தொடங்கி பின்னர் சேரன்மகாதேவிக்கு மாற்றப்பட்டது. இரண்டு ஊர்களுமே அக்காலத்தில் அதிக அக்ரகாரங்களை யுடைய பார்ப்பனக் கோட்டைகளாகும். இதற்கான நன்கொடை சகல சாதியாரிடமும் குறிப்பாக நாட்டுக்கோட்டை செட்டியாரி டமிருந்தும் பெறப்பட்டது. இந்தக் குருகுலத்தில் பார்ப்பன மாணவர்களுக்கும் பார்ப்பனரல்லாத மாணவர்களுக்கும் தனித் தனியாக உணவு பரிமாறப்பட்டது. (பின்னாளில் முதலமைச் சராக இருந்த ஓமந்தூர் இராமசாமி ரெட்டியாரின் மகன் அங்கே மாணவராக இருந்து இந்தச் செய்தியை வெளியுலகத்திற்குக் கொண்டு வந்தார்) இதற்கெதிரான கண்டனக் குரல்கள் பார்ப் பனரல்லாதவரிடமிருந்து எழுந்தன. அதுவரை சேர்க்கப்பட்டிருந்த பார்ப்பன மாணவர்களுக்கு அவர்களுடைய பெற்றோர்களிடம் தாம் வாக்களித்தபடி தனித்தனியாக உணவு தரவேண்டும். ‘இனி சேர்க்கப்படும் பார்ப்பன மாணவர்களை மற்றவர்களோடு இணைந்து சாப்பிடச் செய்வேன்’ என்று வ.வே.சு ஐயர் தமிழ்நாடு காங்கிரசுக்கும் மகாத்மா காந்திக்கும் தெரிவித்தார். மகாத்மா காந்தியும் இதை ஒப்புக் கொண்டார். தமிழ்நாடு காங்கிரஸ் தலைவர்களான எஸ். ராமநாதனும், வரதராஜுலு நாயுடுவும், பெரியாரும் அதைக் கடுமையாக எதிர்த்தனர்.

ஐயர் நடத்திய குருகுலத்தில் பிறப்பு வழிப்பட்ட வேறுபாடு இருக்கக்கூடாது என்று எஸ். ராமநாதன் 1925இல் தமிழ்நாடு காங்கிரஸ் கமிட்டியில் தீர்மானத்தைக் கொண்டு வந்தபோது 26 உறுப்பினர்களில் அந்தத் தீர்மானத்தை எதிர்த்த 7 பேர்களில் ஆறு பேர் பார்ப்பனர்களாவார்கள். ராஜாஜி (திருச்சியைச் சேர்ந்த) டாக்டர் டி.எஸ்.எஸ். ராசன், சேலம் விசயராகவாச் சாரியார் பின்நாளில் ராஜாஜியின் உற்ற தோழராக விளங்கிய கே. சந்தானம், டாக்டர் சாமிநாத சாஸ்திரி, என்.எஸ். வரதாச் சாரி ஆகியோரே அந்த அறுவர். காலம் கனிந்து வரும்வரை சமபந்தியைத் தனியார் நடத்தும் குருகுலத்தில் வலியுறுத்த காங்கிரசுக்கு உரிமை இல்லை என்றார் ராஜாஜி. இதே போல் மற்றும் ஒரு சம்பவமும் இங்கே நினைக்கப்பட வேண்டும். சேரன்மகாதேவிக் குருகுலத்துக்கு தமிழ்நாடு காங்கிரஸ் கமிட்டி நிதியுதவி அளித்தது. அங்கே பார்ப்பனர் – பார்ப்பனரல்லாதார் வேறுபாடு காட்டப்பட்டதால் தமிழ்நாடு கமிட்டி பொதுச் செயலாளராக இருந்த பெரியார் வாக்களித்திருந்த இரண்டாவது தவணைப் பணம் ரூபாய் 5000த்தை தர மறுத்துவிட்டார். ஆனால் பெரியாருக்குத் தெரியாமல் இணைப் பொதுச் செயலராக இருந்த கே. சந்தானம் அத்தொகையைக் குருகுலத் திற்குக் கொடுத்து விட்டார்.

இப்படியாகத் தமிழ்நாடு காங்கிரஸ் இயக்கம் நடைமுறையில் பார்ப்பனர் கையிலேயே இருந்தது. நீதிக்கட்சி அரசில் டாக்டர் முத்துலெட்சுமி (ரெட்டி) அவர்கள் கொண்டுவந்த தேவதாசி முறை ஒழிப்பு மசோதாவை எதிர்த்து சத்தியமூர்த்தி ஐயர் இனிமேல் இறைவனுக்குத் தேவதாசித் தொண்டு செய்வதுயார்? என்று கேட்க அதற்கு முத்துலெட்சுமி, 'ஏன் இனிமேல் உங்கள் இனப்பெண்கள் இத்தொண்டைச் செய்யட்டுமே' என்றார். அதன் பிறகும் சத்தியமூர்த்தி ஐயர், 'நான் சட்டத்தை மீறிச் சிறை சென்றாலும் செல்வனே தவிர சாத்திரத்தை மீறி நரகத்திற்குப் போக மாட்டேன்' என்று பேசினார். 1927இல் இந்து அற நிலையத்துறைச் சட்டத்தை நீதிக்கட்சி கொண்டு வந்த போது காங்கிரஸ் தலைவர்களான சத்தியமூர்த்தி, சீனிவாச ஐயங்கார் ஆகியோர் அதனை மூர்க்கமாக எதிர்த்தனர். இந்து பத்திரிகை இதற்கான சட்ட மசோதாவைக் கண்டித்துத் தலையங்கம் எழுதியது. இச்சட்டத்தை ஆதரித்துப் பேசிய நீதிக்கட்சித் தலைவர் நடேச முதலியார் கோயிலின் நிதி ஆதாரங்கள் ஒரு குறிப்பிட்ட சமூகத்து நலன்களுக்காகவும், செத்துப்போன

சமஸ்கிருத மொழியை வளர்க்கவுமே பயன்படுத்தப்படுகின்றன. அதனைத் தடுத்து நிறுத்த இப்படியொரு சட்டம் தேவையென வலியுறுத்தினார். 1928இல் காந்தி வர்ணாசிரம தர்மத்தை வெளிப்படையாக ஆதரித்தும் நியாயப்படுத்தியும் பேசினார். இத்தகைய நிகழ்ச்சிகள்தாம் காங்கிரசில் ஏமாற்றம் அடைந்து இருந்த பெரியாரைச் சுயமரியாதை இயக்கம் காணத் தூண்டின.

## நீதிக்கட்சியும் பார்ப்பனர் தோல்வியும்

இந்த நூற்றாண்டின் முதல் இருபது ஆண்டுகளில் கண்விழித்து நகர்ப்புறம் சார்ந்து, ஆங்கிலக் கல்வி பயின்று, சிறிய அரசுப் பதவிகளில் அமர்ந்த தமிழர்கள் ஆங்கிலேய ஆட்சியிலும் பார்ப்பனர்களின் செல்வாக்கைக் கண்டு திடுக்கிட்டனர். பார்ப்பனர் அல்லாத ஏனையோருக்காகத் திராவிட மாணவர் சங்கம் என்ற ஒன்றை நிறுவினர். கேரளத்தைச் சேர்ந்த டாக்டர் டி.எம். நாயர், ஆந்திராவைச் சேர்ந்த பி. தியாகராயச் செட்டியார், தமிழ்நாட்டைச் சேர்ந்த டாக்டர் நடேச முதலியார் ஆகியோர் பெருமுயற்சி செய்து தமிழர்களை ஒன்று திரட்டி 1916 டிசம்பரில் பார்ப்பனரல்லாதார் அறிக்கை (Non Brahmin Manifesto) என்ற புகழ் பெற்ற அறிக்கையினை வெளியிட்டனர். பின்னர் தென்னாப் பிரிக்காவிலிருந்து தமிழ்நாட்டிற்குத் திரும்பி வந்திருந்த தாழ்த்தப் பட்ட மக்களின் (அம்பேத்காருக்கும் முற்பட்ட) பெருந்தலைவரான இரட்டைமலை சீனிவாசன் இவர்களின் முயற்சிக்குத் துணை நின்றார். மாண்டேகு செம்ஸ்போர்டு சீர்திருத்தத்தின் அடிப்படையில் வந்த 1920 தேர்தலில் திராவிடர் கட்சியான (ஜஸ்டிஸ்) நீதிக்கட்சி வெற்றி பெற்றது.

1920 முதல் 1937 வரை தமிழ்நாட்டில் நீதிக்கட்சி ஆட்சி அல்லது அதனுடைய ஆதரவு பெற்ற ஆட்சி நடைபெற்றது. பார்ப்பனர்களிடம் மட்டுமே சிக்கிக் கிடந்த அரசியல் அதிகாரத்தை இக்காலகட்டத்தில்தான் ஓரளவேனும் பார்ப்பனரல்லாதார் பறித்தெடுத்துக் கொண்டனர். நீதிக்கட்சியின் ஆட்சியின் போது பார்ப்பனர்களின் வலிமையான எதிர்ப்புக்கு ஊடே நிகழ்ந்த சாதனைகள், பிற்காலத்தில் தமிழர் பெற்ற விழிப்புணர்ச்சிக்கு காரணமாக அமைந்தன. நீதிக்கட்சியின் இத்தகைய நடவடிக்கைகள் அன்றைய சமூக நிலையில் மாபெரும் சாதனைகளாகும்.

1. 1921 செப்டம்பரில் நீதிக்கட்சி அரசாங்கம் வெளியிட்ட முதல் வகுப்புவாரிப் பிரதிநிதித்துவ அரசாணை (Communal G.O) அரசுப் பதவிகளில் பார்ப்பனரல்லாதார் எண்ணிக்கையைக் கூட்ட வேண்டும் என்ற அரசாங்கத்தின் நோக்கம் இதில் தெளிவாகக் குறிப்பிட்டிருந்தது. (அரசாணை எண்: I.M.R.O Public Ordinary Services G.O. No.613 dated 16.2.21)

2. 1992இல் வேலை வாய்ப்பில் மட்டுமல்லாமல் பதவி உயர்விலும் வகுப்புவாரிப் பிரதிநிதித்துவம் கடைப்பிடிக்கப்பட வேண்டுமென அரசாணை வெளியிடப்பட்டது. (அரசாணை எண் I.M.R.O Public Ordinary Services G.O. No.658 dated 15.8.22)

3. மேற்குறித்த இரு ஆணைகளையும் அமுல்படுத்தும் பொறுப்பை அங்கங்கே இருந்த அதிகாரிகளிடம் விட்டு விடுவதற்கு அரசு தயாராக இல்லை. பெரும்பான்மையாக பார்ப்பனர்களே அதிகாரிகளாக இருந்த நிர்வாக அமைப்பில் இந்த ஆணைகளின் தலைவிதி எப்படி முடியும் என்பது நீதிக்கட்சியின் தலைவர்களுக்குத் தெரிந்திருக்கிறது. எனவே அரசுப் பணியாளர்களைத் தேர்ந்தெடுக்க நீதிக்கட்சி அரசாங்கம் 1924இல் Staff Selection Board என்ற பெயரில் வாரியம் ஒன்றை நியமித்தது. (இதுதான் T.N.P.S.C. எனப்படும் தமிழ்நாடு அரசுப்பணியாளர் தேர்வாணையத்தின் முன்னோடி அமைப்பாகும்). இதன் விளைவாகத்தான் 1947க்கு முன்னால் தமிழ்நாட்டில் பிற்படுத்தப்பட்ட தாழ்த்தப்பட்ட மக்கள் கணிசமான அளவில் அரசுப் பணிகளில் நுழைய முடிந்தது. இன்றைய அளவில் ஒப்பிடும்போது இவர்களின் எண்ணிக்கை அன்று மிகக் குறைவுதான். ஆனால் அன்றைய சூழ்நிலையில் இந்தியாவில் வேறெந்த மாநிலத்தையும் விடப் பார்ப்பனரல்லாதார் அரசுப் பணிகளில் கணிசமாக இடம் பெற்றது தமிழ்நாட்டில்தான்.

4. நீதிக்கட்சி ஆட்சியில் பார்ப்பனரல்லாதார் விடுதலைக்குச் செய்யப்பட்ட மற்றுமொரு அரசு நடவடிக்கை இந்து அறநிலையத் துறையை 1928இல் உருவாக்கியது ஆகும்.

5. தாழ்த்தப்பட்ட சமூகத்தைச் சேர்ந்த தலைவர் எம்.சி. இராசா அவர்களை நீதிக்கட்சி அறநிலையத் துறை அமைச்சர் ஆக்கியது.

எம்.சி. இராசா பின்னர் அம்பேத்காருக்குத் துரோகம் செய்து விட்டு ராஜாஜி அமைச்சரவையிலும் அமைச்சராக இருந்தார்.

அவரை வைத்துக் கொண்டே, தமிழ்நாட்டுப் பார்ப்பனர்கள் அன்றைக்கு எழுந்து வந்த தலித் சமூக எழுச்சியை உடைத்தார்கள். அது ஒரு தனிக்கதை.

காலங்காலமாகப் பார்ப்பனர்கள் சமூகத்திலும், அரசியலிலும் ஆதிக்கம் செலுத்துவதற்கு அவர்களின் பொருளாதாரப் பின்புலமும் ஒரு காரணமாக இருந்தது. தமிழ்நாட்டின் நஞ்சை நிலங்கள் கணிசமான அளவு கோயில்கள், மடங்கள் ஆகிய வற்றின் பிடியில் இருந்தன. கோயில் பணிக்காகப் பார்ப்பனர்களுக்கு அரசர்கள், மடத்தலைவர்கள், ஜமீன்தாரர்கள் ஆகியோரால் தரப்பட்ட நஞ்சை நிலங்கள் அவர்கள் கையில் இருந்தன. அத்தோடு கோயில்களின் நில, பண வருமானத்தையும் கோயில் பார்ப்பனர்களே 'நிருவாகம்' என்ற பெயரில் அனுபவித்து வந்தனர். கிறித்துவர்களால் ஆன வெள்ளை அரசு தன்னுடைய பாதுகாப்புக்காக இந்து மத சம்பந்தமான விசயங்களில் தலையிடாமலே இருந்து வந்தது. எனவே நீதிக்கட்சி அரசு 1928இல் இந்தியாவிலேயே முதல்முறையாக இந்து அறநிலையத் துறையினை நிறுவி, கோயிற் பார்ப்பனர் மடாதிபதிகள் ஆகியோர் பொதுச் சொத்துக்களை விருப்பம் போல் அனுபவித்து வந்ததை நிறுத்தியது. அதிகார மையங்களாகிய நகரங்களை நோக்கி 1930க்குப் பிறகு பார்ப்பனர்கள் வேகமாக நகர்ந்து வந்ததற்கு இதுவும் ஒரு காரணமாகும்.

### ராஜாஜி

திருமலை நல்லான் சக்கரவர்த்தி ராஜகோபாலச்சாரியார் (ராஜாஜி) சேலம் மாவட்டம் தொரப்பள்ளி கிராமத்தில் வடகலை வைணவக் குடும்பத்தில் பிறந்தவர். இளம் வழக்கறிஞராக சேலத்தில் வாழ்க்கையைத் தொடங்கி முன்னுக்கு வந்தவர். கூர்ந்த மதிநுட்பமும் திட்டமான வாழ்க்கை நெறிகளும் உடையவர். இதனை முழுக்க பார்ப்பனர் நலனுக்காகப் பயன்படுத்தினார். 40 வயதிற்குள்ளாகவே சேலம் நகர சபைத் தலைவரானார்.

இருபதாம் நூற்றாண்டுத் தமிழ்நாட்டு அரசியல் வரலாறு 55 ஆண்டு காலமாக ராஜாஜி, பெரியார் ஈ.வெ.ரா. என்ற இரண்டு எதிர்த்துருவங்களையே சுற்றி வந்திருக்கின்றது. 'தேவர்களுக்கு மகாவிஷ்ணு மாதிரி பார்ப்பனர்களுக்கு ராஜாஜி' என்று பெரியார் இவரை வர்ணித்ததுண்டு.

தமிழ்நாட்டு வரலாற்றில் இறுதி மூச்சுவரை பார்ப் பனியத்தின் நலன்களை வலிமையான, புதிய புதிய பாதுகாப்பு அரண்களோடு காப்பாற்றப் போராடியவர் ராஜாஜியைத் தவிர வேறு யாருமில்லை.

1919இல் சென்னைக்குக் குடிபெயர்ந்தார் ராஜாஜி. அப் பொழுது நாட்டிலிருந்த காங்கிரஸ் குழுக்கள் எவற்றிலும் காந்திக்கோ, காந்தியத்துக்கோ செல்வாக்கில்லை. சர்.சி.பி. ராம சாமி ஐயர் தலைமையிலிருந்த குழு காங்கிரசை விடக் கவர்னரை நேசித்தது. மற்றொரு குழுவான தமிழ்நாடு காங்கிரஸ் தலைவர் எஸ். சீனிவாச ஐயங்காரும் செயலாளர் எஸ். சத்தியமூர்த்தியும் சட்ட மறுப்பு இயக்கத்தையும், காந்தியத்தையும் எதிர்த்தனர். குழுக்கள் எதிலும் சிக்கிக் கொள்ளாத (ஆனால் மயிலாப்பூர் சனாதனத்தை விரும்பிய) ராஜாஜி அக்காலத்தில் வலிமை வாய்ந்த பேச்சாளராகவும் எழுத்தாளராகவும் திகழ்ந்த, தேசபக்தன் பத்திரிகை நடத்திய திரு.வி.கல்யாண சுந்தர முதலியாரைத் தன் பக்கம் இழுத்தார். பின்னர் பார்ப்பனரல்லாதாரான பெரியார், எஸ். ராமநாதன், டாக்டர் பி. வரதராஜுலு நாயுடு ஆகியோரை முன்னிறுத்தி (இவர்கள் மூவருமே பின்னாளில் ராஜாஜியையும் பார்ப்பனியத்தையும் எதிர்த்துத் திராவிடர் இயக்கத் தூண் களாயினர்) தன்னுடைய பார்ப்பன எதிரிகளை அரசியலில் வீழ்த்திக் காட்டினார். வ.வே.சு. ஐயர் நடத்திய சேரன்மகாதேவி குருகுலத்தில் பார்ப்பன மாணவர்களுக்குத் தனி உணவு, உறை விடம், நீர் ஆகியவையும் பார்ப்பனர் அல்லாத மாணவர் களுக்குத் தனியான உணவு, உடை, நீர் எனவும் பாகுபாடு காட்டப்பட்டது. இதனைப் பெரியார் கடுமையாக எதிர்த்தார். அப்போது செங்கல்பட்டு எம்.கே. ஆச்சாரியா, கே. சந்தானம் (ஐயங்கார்) இருவரையும் ராஜாஜி தன்னுடன் சேர்த்துக் கொண்டு குருகுலச் சிக்கலில் பெரியார், எஸ். ராமநாதன், டாக்டர் நாயுடு மூவரும் சலிப்படைந்து காங்கிரசிலிருந்து ஒதுங்குமாறு செய்தார். பெரியார் கையிலிருந்த கதர் போர்டுக்கு கே. சந்தானத்தைத் (பின்னாளில் இவர் கவர்னராகவும், ரிசர்வ் வங்கி கவர்னராகவும், ராஜாஜியின் சுதந்திராக் கட்சியின் தூணாகவும் விளங்கினார்) தலைவராக்கிக் கதர் போர்டில் பார்ப்பன நியமனங்களைப் பெருக்கினார்.

1930களில் ராஜாஜிக்கு அரசியல் எதிரிகளாக காங்கிரசுக்குள் எஸ். சத்தியமூர்த்தியும் அவரது சீடரான காமராசருமே மிஞ் சினர். ராஜாஜி 1937களில் சென்னை மாகாணப் பிரதம

மந்திரியான போது அவருடைய அமைச்சரவையில் 11 பேர்களில் 5 பேர் பார்ப்பனர்களாக இருந்தனர். 1937இல் தமிழ்நாடு காங்கிரஸ் தலைவர் பதவிக்கு காமராசர் போட்டியிட்ட போது ராஜாஜி தனது ஆதரவாளரான பார்ப்பனர் அல்லாத சி.பி. சுப்பையாவைத் தேர்தலில் எதிர்த்து நிறுத்தினார். காமராசர் வென்றார். அது முதல் 1969 வரை காமராசரை ராஜாஜி தன் அரசியல் எதிரியாகவே நடத்தினார்.

1939ஆம் ஆண்டு அகில இந்தியக் காங்கிரஸ் கட்சி எல்லா மாகாணங்களிலும் காங்கிரஸ் அமைச்சரவைகளைப் பதவி விலகுமாறு ஆணையிட்டது. சென்னை மாகாணப் பிரதம மந்திரியான ராஜாஜி மட்டும் கட்சிக் கட்டளையை முதலில் மறுத்தார். வேறு வழியின்றி இறுதியில் பதவி விலகினார். உடன் காங்கிரஸை விட்டும் விலகினார். ராஜாஜியின் அதிகார ஆசை அவ்வளவு கனமாக இருந்தது.

ராஜாஜியின் இரண்டு ஆண்டுகால ஆட்சியில் நடந்த முக்கிய நிகழ்ச்சியில் சிலவற்றைக் குறிப்பிட்டுச் சொல்லலாம். ஒன்று, பள்ளிகளில் கட்டாய இந்தியினைக் கொண்டு வந்து திராவிடர் இயக்கத்தாரின் கடுமையான, நெடிய போராட்டத் திற்குப் பிறகு அதை விலக்கிக் கொண்டது. மற்றொன்று, கம்மாளர் எனப் பெறும் (விஸ்வகர்ம அல்லது விஸ்வகர்ம பிராமண) சாதியார் தங்கள் பெயருக்குப் பின் ஆசாரி என்றுதான் சாதிப் பட்டத்தை எழுத வேண்டும். ஆச்சாரி என்று எழுதக் கூடாது என ஆணையிட்டது ஆகும். இரண்டாம் முறை தமிழ்நாட்டு முதலமைச்சரான போது மதுவிலக்குக் கொண்டு வருவதால் அரசு வருவாய் குறைவதாகச் சொல்லி அதனை ஈடுகட்ட நூற்றுக்கணக்கான பள்ளிகளை மூடினார். அதே சமயத்தில் சமசுகிருதத்திற்குத் தேவையான நிதி ஒதுக்கித் தன் பார்ப்பனப் பற்றை செவ்வனே வெளிப்படுத்தினார். இவை யாவும் பார்ப்பனர் நலத்தை முன்னிறுத்திய செயல்களாகும்.

1942 முதல் 1945 வரை ராஜாஜி காங்கிரசில் இருந்து விலகியிருந்தார். 1942 இல் அலகாபாத்தில் கூடிய அகில இந்தியக் காங்கிரஸ் கூட்டத்தில் பாகிஸ்தான் பிரிவினையை ஆதரித்து ராஜாஜி கொண்டு வந்த தீர்மானத்துக்கு ஆதரவாக 15 வாக்குகளும் எதிராக 120 வாக்குகளும் கிடைத்தன. தீர்மானம் தோற்றதைக் காரணம் காட்டி ராஜாஜி காங்கிரசின் எல்லாப் பொறுப்பிலிருந்தும்–நாலணா உறுப்பினர் பொறுப்பில் இருந்தும்

கூட – விலகிவிட்டார். இந்தக் கால இடைவெளியில்தான் இரண்டாம் உலகப் பெரும் போர் நிகழ்ந்தது. காங்கிரஸ் கட்சி ஆகஸ்டு புரட்சி எனப்படும் ‘வெள்ளையனே வெளியேறு இயக்கத்தை’ உக்கிரமாக நடத்தியது. காங்கிரசிலிருந்து விலகி விட்ட ராஜாஜியைத் தவிர காங்கிரசின் அனைத்து மாவட்டத் தலைவர்களும் சிறையிலிருந்தனர். ராஜாஜியோ கல்கத்தாவில் வணிகப் பேரவை நடத்திய கூட்டத்தில் ஆகஸ்ட் புரட்சியைக் கேலி செய்தும் பேசினார்.

இந்த இடைவெளியில் ராஜாஜி தமிழ்நாட்டில் தனக்கு ஆதரவாகப் பத்திரிகை பலத்தை மட்டும் உறுதியாகப் பற்றிக் கொண்டார். ரா. கிருஷ்ணமூர்த்தி ஐயர் என்ற கல்கியை முன்னரே திரு.வி.க.விடத்தில் பயிற்றுவித்து ஆனந்தவிகடன் பத்திரிகையைத் தொடங்க வைத்தார். கல்கியும் தன் வாழ்நாள் முழுவதும் ராஜாஜியின் ஆஸ்தான எழுத்தாளராக இருந்து அவரை ஞானி, கர்மயோகி, தவமுனிவர், ஜனக மகராஜா என்று எழுதிக் காட்டினார்.

1945 ஜூலையில் ஆகஸ்டு இயக்கம் எனப்பட்ட ‘வெள்ளையனே வெளியேறு’ இயக்கத்தில் சிறைபட்டிருந்த காங்கிரஸ் தலைவர்கள் எல்லோரும் வெளியே வந்தனர். சுதந்திரம் அருகில் வருவதை அறிந்தவுடன் வெளியிலிருந்த ராஜாஜி காங்கிரசில் சேர முயற்சித்தார். அகில இந்தியக் காங்கிரஸ் கமிட்டிக்குக் காலியாக இருந்த 37 இடங்களில் ஒன்றான திருச்செங்கோட்டில் இருந்து அகில இந்தியக் காங்கிரஸ் கமிட்டிக்கு ராஜாஜி தேர்ந்தெடுக்கப்பட்டதாகச் செய்தி வந்தது. தனக்குத் தெரியாமல் திருச்செங்கோட்டில் தேர்தல் நடந்தது எப்படி என்று தமிழ்நாடு காங்கிரஸ் கமிட்டித் தலைவர் காமராசர் திகைத்தார். 1945 அக்டோபர் 31இல் திருப்பரங்குன்றத்தில் கூடிய தமிழ்நாடு காங்கிரஸ் கமிட்டி ‘ராஜாஜியை தமிழ்நாடு காங்கிரசுக்குள் சேர்க்கக் கூடாது’ என்று தீர்மானம் நிறைவேற்றியது.

திருச்செங்கோட்டில் நடந்த கபடச் செயலுக்குத் துணையாக அகில இந்தியக் கமிட்டி ராஜாஜிக்கு ஆதரவளித்தது. ராஜாஜி 1945 ஆகஸ்டிலேயே காங்கிரஸில் சேர்ந்து விட்டதாக அ.இ. காங்கிரஸ் தலைவர் மௌலானா ஆசாத் அறிக்கை வெளியிட்டார். கடைசியில் அ.இ.கா.க. முடிவின்படி ராஜாஜி காங்கிரசில் சேர்ந்துவிட்டார். ஆனால் ஏமாந்து போன த.நா.கா.க. தலைவர்களின் திருப்பரங்குன்றம் தீர்மானம் தோற்றது.

மோசடியான திருச்செங்கோடு தேர்தல் செல்லுபடியாயிற்று. அறிஞர் அண்ணா இதைத்தான் 'கோடு உயர்ந்தது. குன்றம் தாழ்ந்தது' எனத் தலையங்கம் எழுதிக் காட்டினார்.

இந்த இடத்தில் குறிப்பிட்டுச் சொல்ல வேண்டிய ஒரு மனிதர் தினமணி டி.எஸ். சொக்கலிங்கம் ஆவார். இவர் ஆஷ் கொலை வழக்கில் குற்றவாளியாகச் சிறைதண்டனை பெற்ற தென்காசி மடத்துக்கடை சிதம்பரம் பிள்ளையின் உடன்பிறந்த தம்பியாவார். 1937இல் சென்னை சட்டசபைக்குத் தென்காசி தொகுதியிலிருந்து தேர்ந்தெடுக்கப்பட்டவர். தினமணி இதழின் முதல் ஆசிரியர், சிறந்த பத்திரிகையாளர். இவரே கடைசி முயற்சியாக ராஜாஜி தமிழ்நாட்டு காங்கிரசைக் கைப்பற்ற முனைந்த பொழுது அவருக்கு எதிராகக் காமராசரை முன்னிறுத்தியவர். இவர் நடத்திய தினசரி நாளிதழில் தலையங்கங்கள் ராஜாஜியின் காங்கிரஸ் துரோகத்தை அம்பலப்படுத்தின. அவை, 1945 தமிழர் புரட்சி என்ற பெயரில் தொகுக்கப் பெற்று 1957இல் நூல் வடிவம் பெற்றுள்ளன.

1946 சனவரியில் காந்தியார் தமிழ்நாட்டுக்கு வருகை தந்த போது காங்கிரஸில் நாலணா உறுப்பினராகக் கூட இல்லாத ராஜாஜி சம்பந்தி என்ற முறையை வைத்துக் கொண்டு காந்தியைக் கணநேரமும் பிரியாமல் உடன் இருந்து கொண்டார். இதனால் தமிழ்நாட்டு காங்கிரசின் தலைவரான காமராசர், காந்தியிடம் கட்சி நடப்புகளை கூடப் பேச முடியாமல் போய்விட்டது. சுற்றுப்பயணம் முடிந்து திரும்பும்போது காந்தியார் தமிழ்நாட்டில் சிலர் 'கிளிக்' அரசியல் நடத்துகின்றனர் என்று மறைமுகமாகக் காமராசரைக் கண்டித்து ஓர் அறிக்கை வெளியிட்டார். இந்த அறிக்கையைக் கண்டித்து காமராசர் பதவி விலகத் தயாரானார். காந்தியார் மழுப்பலான ஒரு சமாதான விளக்கத்தைத் தன்னுடைய அரிஜன் பத்திரிகையில் வெளியிட்டார். ஒட்டு மொத்த விளைவாக அரிஜன சேவைக்கு என்ற பெயரில் ராஜாஜி மீண்டும் காங்கிரசில் சேர்ந்தார்.

1946 மார்ச் தேர்தலில் ராஜாஜியை த.நா.கா. வேறு வழியில்லாமல் ஏற்றுக் கொண்டும் அவர் தேர்தலில் நிற்க மறுத்து விட்டார். தேர்தலில் காங்கிரசுக்குப் பெரும்பான்மை கிடைத்தது. ராஜாஜியைத் தமிழக முதலமைச்சராக்கும்படி காந்தியடிகள் த.நா.கா.க.யைக் கேட்டுக் கொண்டார். ஆனால் தேர்ந்தெடுக்கப்பட்ட சட்டமன்ற உறுப்பினர்களில் 38 பேர் ராஜாஜிக்கு ஆதரவாகவும் 146 பேர் ராஜாஜிக்கு எதிராகவும் வாக்களித்தனர்.

1952இல் பொதுத்தேர்தல் முடிந்து குடியரசுத் தலைவராக இராசேந்திர பிரசாத் தேர்ந்தெடுக்கப்பட்டவுடன் கவர்னர் ஜெனரல் ராஜாஜி பதவியிழந்து சென்னைக்கு வந்தார். முதல் பொதுத் தேர்தலாகிய 1952 தேர்தலில் தமிழ்நாட்டில் காங்கிரஸ் பெரும்பான்மை பெறவில்லை. காங்கிரசை எதிர்த்து வெற்றி பெற்றிருந்த உழைப்பாளர் கட்சி (வன்னியர் கட்சி) எம்.எல்.ஏக்கள் (சட்டமன்ற உறுப்பினர்கள்) பதினோரு பேரைத் தன் கூர்ந்த மதியால் காங்கிரசுக்கு ஆதரவளிக்கச் செய்து தமிழ்நாட்டின் முதலமைச்சரானார். இந்தியாவில் கட்சித் தாவல் நாடகத்தை முதன்முதலாகத் தமிழ்நாட்டில் அரங்கேற்றினார்.

1952இல் முதலமைச்சரானவுடன் அப்பன் தொழிலைப் பிள்ளை செய்யும் குலக்கல்வித் திட்டத்தைக் கொண்டு வந்தார். பெரியார் கடுமையாக இதனை எதிர்த்தார். இதனால் கட்சி உறுப்பினர் ஆதரவை இழந்த ராஜாஜி குற்றாலத்திலிருந்த போது காங்கிரஸ் சட்டமன்றக் கட்சி சென்னையில் புதிய தலைவராகக் (முதலமைச்சராக) காமராசரைத் தேர்வு செய்தது.

1957 வரை பத்திரிகைகளில் ராமாயண மகாபாரத விளக் கங்கள் எழுதி வந்த ராஜாஜி 1957இல் சுதந்திராக் கட்சியைத் தொடங்கினார். தமிழ்நாட்டில் முதன்முதலில் இந்தியைக் கட்டாயமாக்கிய ராஜாஜி தானே இந்தியை எதிர்க்கத் தொடங் கினார். 'இந்தி வேண்டாம் ஒரு பொழுதும்: ஆங்கிலம் வேண்டும் எப்பொழுதும்' (Hindi Never English ever) என்ற முழக்கத்தை எழுப்பினார்.

ஏனென்றால், இந்தக் காலகட்டத்தில் மொழிவாரி மாநிலங் கள் நேருவின் அரைமனத்தோடு உருவாகிவிட்டன. எனவே, அனைத்திந்திய பார்ப்பனியம் என்னும் இடத்திலிருந்து ராஜாஜி வழுகிப் போவது தவிர்க்க முடியாததாகி விட்டது. பார்ப்பனிய நலன்களை இந்தியோ, சமஸ்கிருதமோ பாதுகாக்க இயலாது என்ற நிலை வந்தவுடன், ராஜாஜி ஐரோப்பியப் பார்ப்பன மொழியான ஆங்கிலத்தைப் பற்றிக் கொண்டார்.

நேருவின் தலைமையில் காங்கிரசின் இடது சார்பைக் கண்டு அஞ்சிய ராஜாஜி தனியுடைமைக் கோரிக்கையினை முன் வைத்து சுதந்திராக் கட்சியைத் தொடங்கினார். இந்தியாவின் பெரிய முதலாளிகள் அனைவரும் அவரை ஆதரித்தனர்.

தன்னைப் பதவியிலிருந்து வெளியேற்றிய காங்கிரசைப் பதவியிறக்கும் நோக்கத்துடன் தமிழ்நாட்டில் தி.மு.கவுடன்

கூட்டுச் சேர்ந்தார். 1967 தேர்தலில் காங்கிரசின் வீழ்ச்சிக்கு ராஜாஜி ஒரு காரணமாக அமைந்தார்.

1967 தேர்தலில் வென்ற தி.மு.க பெரியாரோடு தன் உறவைப் புதுப்பித்துக் கொண்டது. எனவே, ராஜாஜி தி.மு.கவை வீழ்த்த 1971இல் தன் அரசியல் எதிரியான காமராசரோடு தேர்தல் கூட்டணி அமைத்தார். அந்தக் கூட்டணி தேர்தலில் தோல்வி கண்டது. 1972இல் எம்.ஜி.ஆர் தி.மு.கவை விட்டுப் பிரிந்த போது ராஜாஜி அவருக்கு எல்லா வகைகளிலும் உதவி செய்தார். 1972இல் காலமானார்.

ராஜாஜியின் வாழ்க்கையைக் கூர்ந்து நோக்கித் தெரிந்து கொள்ள வேண்டிய விசயங்கள் சில உண்டு. ராஜாஜி ஜன நாயகத்தில் அழுத்தமான நம்பிக்கையுடையவர் அல்லர். இளவயதில் சேலம் நகரசபைத் தேர்தலில் வென்றதைத் தவிர வேறு எந்தத் தேர்தலிலும் அவர் நின்றதே கிடையாது. ஆனால் நாட்டு விடுதலைக்கு முன்னும் பின்னும் இந்தியாவின் பெரும் பதவிகளையெல்லாம் அவர் வகித்தார். தன் கை தளரும் போதெல்லாம் காங்கிரசை விட்டு ஒதுங்குவது அல்லது விலகுவது, பின்னர் பதவிக்காகக் கட்சிக்குள் வருவது என்பதனை அவர் திரும்பத் திரும்பச் செய்தார். இந்தியைத் தமிழ்நாட்டில் அதிகார பூர்வமாக நுழைத்தது, குலக்கல்வித் திட்டம் கொண்டுவந்தது, 1971 தேர்தலில் தி.மு.கவை எதிர்த்தது ஆகிய அவரது அனைத்து நடவடிக்கைகளுமே பார்ப்பனர்களின் நலனை முன்னிறுத்தியதே யாகும்.

இருபதாம் நூற்றாண்டின் பத்திரிகைத் துறையின் வலிமை யினை வேறு எந்த அரசியல்வாதிகளையும் விட முன்னதாகவே அறிந்து கொண்ட கூர்த்த மதியாளர் அவர். தொடக்கக் காலத்தில் நவசக்தி, தேசபக்தன், பின்னர் ஆனந்த விகடன், கல்கி ஆகிய பத்திரிகைகளையும் அவர் வளைத்துக் கொண்டார். தன்னுடைய ஆஸ்தான எழுத்தாளராகக் கல்கி கிருஷ்ணமூர்த்தியை வைத்துக் கொண்டார்.

ராஜாஜி இருக்கும் வரை தமிழ்நாட்டுப் பார்ப்பனப் பத்திரி கைகள் அவரை எப்பொழுதும் விவாதத்திற்கு அப்பாற்பட்ட ஞானியாகவும் உத்தமராகவும் சித்தரித்தன. திராவிட நாட்டுக் கொள்கையை அண்ணா கைவிட்டபோது அவரைக் கொள்கை யிலே பல்டியடித்தவர் எனப் பேசினார்கள், எழுதினார்கள். ஆனால் 1937 இல் காங்கிரசு கட்சிக்குக் கூட விருப்பமில்லாமல்

தன் விருப்பத்தின் பேரில் கட்டாய இந்தியைக் கொண்டு வந்து எதிர்ப்பினையும் தோல்வியையும் சந்தித்த ராஜாஜி 1957இல் 'ஒரு போதும் இந்தி வேண்டாம்' என்றார். அவர் கொள்கையில் பல்டியடித்தவராக எந்தப் பத்திரிகையும் பேசவும் இல்லை; எழுதவும் இல்லை.

ராஜாஜி மிகப் பெரிய பதவிகளைக் கட்சியிலும் ஆட்சியிலும் வகித்தார். ஆயினும் அரசியலில் பல தோல்விகளைத் தன் இறுதிக்காலம் வரையில் சந்தித்தார். ராஜாஜியின் மறைவிற்குப் பின்னால் அவரது ஆதரவாளர்களும் ஆதரவுப் பத்திரிகைகளும் தர்க்க நியாயங்களைக் காட்டி வெளிப்படையாகவும் மறை வாகவும் இந்து மதவெறிக் கட்சிகளுக்கு ஆதரவு தருவது கண் கூடு.

## பெரியார்

ஈரோடு வெங்கடப்ப இராமசாமியாகப் பிறந்து நாயக்கர், ராமசாமி நாயக்கர் என்று எதிரிகளாலும் பெரியார், தந்தை பெரியார் என்று ஆதரவாளர்களாலும் அழைக்கப்பட்ட பெரியார் தமிழகத்தின் அறியப்பட்ட ஈராயிரம் ஆண்டு வரலாற்றில் ஒரு தனித்த மாமனிதராக விளங்கியவர். இருபதாம் நூற்றாண்டு மாமனிதர் அவரே ஆவார்.

திருவள்ளுவர், திருநாவுக்கரசர், இராமானுசர் எனத் தமிழ்நாடு புதிய புதிய விடுதலைச் சிந்தனையாளர்களைப் பெற்றதுண்டு. ஆனால் சிந்தனையாளராகவும் செயல் வீரராகவும் வாழ்ந்த, தமிழக வரலாற்றில் சமுதாய வீரர் அவர் ஒருவரே ஆவர். களத்திலே மாய்ந்த பெருவீரனைப் போல தனது 94வது வயதில் வீதியில் தன்னுடைய கருத்துப் போரை நிகழ்த்திவிட்டு வீதியிலிருந்தே மருத்துவமனைக்கு மரணத்தை நோக்கிப் பயணமானவர்.

பெரியாரின் தந்தை ஈரோட்டில் கூலித் தொழிலாளியாக வாழ்க்கையைத் தொடங்கி கோடீசுவரரானார். செல்வக் குடும் பத்தில் பிறந்த பெரியார் சிறு வயதிலே சிந்தனையாளர்களுக் குரிய எதிர்ப்புணர்வும், முரட்டுத்தனமும் மிகுந்தவராக இருந் தார். எனவே 13 வயதிற்குள் அவரது பள்ளிப்படிப்பு நின்று போனது வியப்பான செய்தியல்ல. 37 வயதில் ஈரோடு நகரசபைத் தலைவரானார். அக்காலத்தில் சேலம் நகரசபைத் தலைவராக இருந்த ராஜாஜியால் காங்கிரசுக் கட்சிக்கு கொண்டு வரப் பட்டார். அக்காலத்தில் (1917) காங்கிரசில் பார்ப்பனரல்லாத

பெருந்தலைவர்களாக இருந்த திரு.வி.க (முதலியார்) பி. வரதராசுலு (நாயுடு) ஆகியோரோடு மற்றுமோர் பார்ப்பனரல்லாதோர் தலைவரானார். திராவிட இயக்க மூவர்களில் ஒருவரான டாக்டர் டி.எம். நாயர் தன்னுடைய புகழ் பெற்ற ஸ்பர்டாங் பேருரையில் (1919) 'ஈரோடு இராமசாமி நாயக்கர் போன்றோர்கள் காங்கிரசை விட்டு வெளியேறி வர வேண்டும்' என்று இவரை அடையாளம் கண்டு அழைப்பு விடுத்தார். காங்கிரஸ் என்ற அரசியல் நிறுவனத்திற்குள்ளும் பெரியாரின் சிந்தனைகள் சமூகச் சீர்திருத்தத்தையே சுற்றி வந்தன. 1924இல் பெரியார் தமிழ்நாடு கதர் வாரியத்தின் (Board) தலைவரும் ஆனார். எடுத்துக் கொண்ட பணியினைத் தூங்காது செய்யும் ஊக்கமும் சிக்கனமும் எளிமையும் தைரியமும் கறை படியாத கரங்களும் பெரியாரின் சிறப்பியல்புகள் ஆகும். தமிழ்நாட்டு பார்ப்பனர்கள் காங்கிரசு இயக்கத்தைத் தங்கள் பிடிக்குள் கொண்டு வந்து பாதுகாத்துக் கொள்வதை அவர் கண்கூடாகக் கண்டார். வ.உ. சிதம்பரம் (பிள்ளை) போன்ற மூத்த காங்கிரசு விடுதலை வீரர்கள் காங்கிரசால் புறக்கணிக்கப்பட்டதைக் கண்டார். காந்தியின் தலைமை காங்கிரசை சனாதன தர்மநெறிக்கு மாற்றுவதையும் அவரால் கண்டுணர முடிந்தது. 1920 முதலாக 1925 வரை காங்கிரசின் எல்லா அரங்குகளிலும் வகுப்புவாரிப் பிரதிநிதித்துவத்துக்காகத் தொடர்ந்து குரல் கொடுத்துக் கொண்டே இருந்தார். காங்கிரசு இயக்கம் பெரியாரைக் கொள்ளவும் முடியாமல் தள்ளவும் முடியாமல் தத்தளித்தது.

1925இல் காஞ்சிபுரத்தில் காங்கிரசு அரசியல் மாநாடு கூடியது. மாநாட்டின் தலைவர் திரு.வி.க. வழக்கம்போல் பெரியார் இந்த மாநாட்டிலும் எல்லா அரசியல் அரங்குகளிலும் வகுப்புவாரிப் பிரதிநிதித்துவம் வேண்டும் என்று தீர்மானம் கொண்டு வந்தார். அற்பமான சில விதிமுறைகளைக் காட்டி பெரியாரின் தீர்மானத்தைத் தலைவர் திரு.வி.க தள்ளுபடி செய்தார். திரு.வி.கவை முன் நிறுத்திய காங்கிரசு பார்ப்பன ஆதிக்கச் சக்திகளைப் பெரியார் சரியாகவே புரிந்து கொண்டார். அந்த மாநாட்டிலேயே, 'காங்கிரசை ஒழிப்பதுதான் இனி என் வேலை' என்று வெளிப்படையாகச் சொல்லி விட்டு வெளியேறினார். அப்போதும் கூடக் காந்தியைப் பெரியார் எதிர்க்கவில்லை. 1928இல் காந்தி தமிழ்நாட்டிற்கு வருகை தந்தார். அப்போது அவர் வெளிப்படையாகப் பார்ப்பனர்களையும் சனாதன தர்மத்தையும் ஆதரித்துப் பேசினார். இப்பேச்சு

பெரியாரை மிகுந்த ஏமாற்றமடையச் செய்தது. இந்தக் கால கட்டத்தில் பெரியாரோடு நெருங்கிப் பழகியவர் தமிழ்நாட்டுப் பொதுவுடைமை இயக்க மூலவரான சிங்காரவேலர் ஆவர். எஸ். இராமநாதனோடு பெரியார் 1931-32 இல் ஐரோப்பிய நாடுகள் முழுவதும் சுற்றினார். அன்றைய இரும்புத்திரை நாடான இரஷ்யாவுக்கும் சென்று வந்தார். ஆனால் பெரியார் இரஷ்யா செல்வதற்கு முன்பே பொதுவுடைமை அறிக்கை, பொதுவுடைமை நூல்கள் முதலியவற்றை தனது குடி அரசு இதழில் மொழி பெயர்த்து வெளியிட்டமை குறிப்பிடத்தக்கதாகும். 1929ஆம் ஆண்டிலேயே சமதர்மம், நாத்திகக் கருத்துக்களையும் பெரியார் கொண்டிருந்தார். (ஆதாரம், நமது குறிக்கோள்). இரஷ்யப் பயணத்திற்குப் பின் அவரது பொதுவுடைமைக் கருத்துக்களை மேலும் செழுமைப்படுத்திக் கொண்டார்.

கம்யூனிஸ்ட் கட்சியின் முதல் அறிக்கையைத் (Communist Manifesto) தமிழில் வெளியிட்டவர் பெரியாரே. 1933இல் காங்கிரஸ் சோசலிஸ்ட்டுகளான (பிற்காலத்தில் லோகநாயகர் எனப் புகழப் பட்ட) ஜெயப்பிரகாஷ் நாராயணனும், (பிற்காலத்தில் கம்யூனிஸ்ட் தலைவரான) பி. ராமமூர்த்தியும் ஈரோட்டுக்கு வந்து பெரியாரைச் சந்தித்து மீண்டும் காங்கிரசுக்கு வருமாறு அழைக்கின்றனர். காங்கிரசு கட்சியைக் காந்தியத்திலிருந்து மீட்டு சோசலிஸ்டுகள் கைப்பற்றி விடலாம் என்பதே அவர்களது திட்டம். 'அது இயலாத செயல்' என்று கூறிப் பெரியார் அவர்களின் அழைப்புக்கு இணங்க மறுத்துவிட்டார். பெரியாரின் முடிவே சரியானது என்று காலம் காட்டியது. பெரியார் சொன்னது போலவே நாடு விடுதலை அடைந்ததும் அனைத்திந்திய தொழிற்சங்க காங்கிரசில் (AITUC) கம்யூனிஸ்டுகள் ஆதிக்கம் பெருகி இருந்ததைக் கண்ட சர்தார் படேல் அதை உடைத்து இந்திய தேசிய தொழிற்சங்கக் காங்கிரஸ் (INTUC) என்ற ஒன்றைத் தொடங்கினார். ஆக மொத்தத்தில் சோசலிஸ்டுகள் ஏமாந்தனர். காங்கிரசார் வெற்றி பெற்றனர்.

1937 இல் ராஜாஜி முதலமைச்சரானவுடன் கட்டாய இந்தியைக் கொண்டு வந்தார். அதை எதிர்த்துப் பெரியார் தொடங்கிய இந்தி எதிர்ப்புப் போராட்டம் பரவலாகப் பொதுமக்கள் ஆதரவைப் பெற்றது. இறுதியாக கட்டாய இந்திக்குரிய அரசாணையை ராஜாஜி திரும்பப் பெற்றார். பெரியார் தாம் நடத்திய இந்த இந்தி எதிர்ப்புப் போராட்டத்திற்கு ஏழு தளபதிகளை நியமித்தார். அவர்களில் ஒருவர் பார்ப்பனர்,

மற்றொருவர் பெண் ஆவர். தமிழ்நாட்டில் பெண்கள் அதிக அளவில் சிறை சென்ற போராட்டம் இதுவேயாகும்.

1944இல் சேலத்தில் நீதிக்கட்சியை அண்ணாவின் துணை யோடு பெரியார், திராவிடர் கழகமாக மாற்றினார். நீதிக் கட்சித் தலைவர்களான கி.ஆ.பெ. விசுவநாதம், சண்டே அப்சர்வர் பாலசுப்பிரமணியம் ஆகியோர் பெரியாரிடமிருந்து பிரிந்து சென்றனர். அவர்கள் அக்காலகட்டத்தில் சென்னை வந்த டாக்டர் அம்பேத்காருக்கு ஒரு வரவேற்பு அளித்தனர். பெரியாருடன் ஒத்துப் போகுமாறு அம்பேத்கார் அவர்களைக் கடிந்துரைத்தார். அதன் பின்னர் பெரியார் திராவிட நாடு பிரிவினைக் கோரிக்கையை முன் வைத்துச் செயலாற்றினார்.

பம்பாய்க்குச் சென்று ஜின்னாவைச் சந்தித்து தன்னுடைய கோரிக்கைக்கு ஆதரவு திரட்ட முயன்றார். 1947இல் இந்தியா பெற்ற அரசியல் விடுதலையைப் பெரியார் ஏற்றுக் கொள்ள வில்லை. விடுதலை நாளைத் துக்க நாள் என்று அறிக்கை வெளி யிட்டார். அவரது அறிக்கை சனாதன தர்மத்தின் ஆதரவாளர் களுக்கு அதிர்ச்சியாக அமைந்தது. 'கிடைத்துள்ள விடுதலை சனாதன தர்மத்தைப் பாதுகாக்கவே செய்யும்' என்பது அவரது கருத்து. ராஜாஜி சென்னை முதலமைச்சரான போது வகுப்பு வாரிப் பிரதிநிதித்துவ ஆணை (1924 முதலே) தமிழ்நாட்டில் நடைமுறையில் இருந்தது.

பின்னர் புதிய அரசியல் சட்டப்படி அது நீதிமன்றத்தால் நிராகரிக்கப்பட்டது. இதை எதிர்த்துப் பெரியார் போராட்டத் தைத் தொடங்கியதன் விளைவாக இந்திய அரசியல் சட்டத்தில் முதல் திருத்தம் (1951) கொண்டு வரப்பட்டது. அதன்படி பிற்படுத்தப்பட்டவர்களுக்கான சலுகைகளை மாநில அரசு வழங்கலாம் என்ற அனுமதியை அரசியல் சட்டம் மாநில அரசு களுக்கு வழங்கியது. இத்திருத்தத்தை வட இந்திய காங்கிரஸ் மேல் சாதி உறுப்பினர்கள் எதிர்த்த போது பிரதமர் நேரு நாடாளுமன்றத்தில் அவர்களுக்குச் சென்னையில் பெரியார் நடத்தும் போராட்டத்தை நினைவுபடுத்தினார்.

1952இல் மீண்டும் சென்னை முதலமைச்சரான ராஜாஜி குலக்கல்வித் திட்டத்தைக் கொண்டு வந்தார். இதன் விளைவாக பாரம்பரியச் சாதித் தொழிலிருந்து பார்ப்பனரல்லாத சாதியார் மீள முடியாத ஒரு நிலை உருவாகும் என்பதைப் பெரியார் உணர்ந்தார். போராட்டங்களை அறிவித்தார். மறுபுறத்தில் காங் கிரசில் உள் முரண்பாடுகள் பெரிதாகி ராஜாஜி பதவி விலகினார்.

அவரைத் தொடர்ந்து முதலமைச்சரான காமராசரைப் பார்ப்பனியத்தின் தாக்குதலிலிருந்து பாதுகாக்கும் அரணாக விளங்கியவர் தந்தை பெரியார். இதன் விளைவாக அடுத்த பதினேழு ஆண்டுகாலம் காமராசரின் வலிமை காங்கிரசுக்குள் உயர்ந்து கொண்டே போயிற்று. இறுதியாகத் தமிழ்நாட்டு காங்கிரசுக்குள் பார்ப்பனியத்தின் பிடி தளர்ந்து மறைந்தது.

1967 தேர்தலில் ராஜாஜியோடு கூட்டுச் சேர்ந்த காரணத்தால் வெற்றி வாய்ப்பைப் பெற்றிருந்த தி.மு.கவைப் பெரியார் எதிர்த்தார். அதே ராஜாஜியோடு காமராசர் 1971இல் தேர்தல் கூட்டுச் சேர்ந்த போது அவரையும் தந்தை பெரியார் எதிர்த்தார். எதிரியை அளந்து அறிந்து போர்த்தந்திரங்களை வகுக்கும் போர் வீரனைப் போல் அவர் வியூகங்களை மாற்றி வந்தார். போர்க்களத்துப் போர் வீரனைப் போலவே அவர் உறவு, பாசம், ஒத்த கருத்தினர் மீது அன்பு ஆகியவற்றை ஒதுக்கி விட்டுப் போராடினார். எனவே, அவரது சில முடிவுகள் படைத் தலைவரின் கட்டளைகள் போல இருந்தது, தவிர்க்க முடியாததாகி விட்டது.

பார்ப்பன எதிர்ப்புணர்வும் சீர்திருத்த உணர்வும் கொண்ட அறிஞர்களும் செயல் வீரர்களும் இந்தியாவில் பல முறை தோன்றியுள்ளனர். புத்தர் தொடங்கி பூலே வரை இவர்களது எண்ணிக்கை ஏராளம். அவர்களில் யாரும் பெறாத வெற்றியைப் பெரியார் மாத்திரமே பெற்றார். அதுவும் தம் வாழ்க்கையிலேயே பெற்றார். அவ்வெற்றிக்கான காரணங்களைப் பின்வருமாறு வரிசையிடலாம்.

1. கடவுள் மறுப்புச் சிந்தனையோடு–நாத்திகத்தோடு–பார்ப்பனிய எதிர்ப்பினை முன் வைத்தவர் வரலாறு முழுமைக்கும் பெரியார் ஒருவரே.

2. எதிரிகள் வீழ்த்தவும் ஏமாற்றவும் முடியாதபடி அவர் தன்னலமற்றவராகவும் கறை படியாத கைகளோடும் வாழ்ந்தார்.

3. நீதிமன்றமாக இருந்தாலும், காங்கிரஸ் தலைவர் காந்தியாராக இருந்தாலும் கொள்கைக்காக யாரையும் நேரடியாக எதிர்க்கும் நெஞ்சுரம் அவரிடம் இருந்தது.

4. தன்னை நாடிவந்த எல்லா அதிகாரப் பதவிகளையும் பெரியார் உதறித் தள்ளினார். பதவியினால் வரும் அதிகாரமும் சுகமும் இந்தியச் சூழலில் நல்ல கொள்கைகளுக்கு எதிரியாய் முடியும் என்பதை அவர் உணர்ந்திருந்தார்.

5. களத்தில் இருக்கும் ஒரு போராளியைப் போல ஒவ்வொரு நிமிடமும் பார்ப்பன ஆதிக்கச் சக்திகளை அளந்து அளந்து தன் எதிர் நடவடிக்கைகளைத் தொடங்கினார். இத்தகைய விழிப் புணர்ச்சி அவரது வாழ்நாள் முழுவதும் அவருக்கு இருந்தது.

6. சிறு வயதிலிருந்தே நடைமுறை வாழ்நிலைக்குப் பயன் படாத பள்ளிப் படிப்பை நிராகரித்து இருந்த பெரியார், புத்தகப் படிப்பாலும் சுயசிந்தனையாலும் தன்னுடைய கல்வியையும் கொள்கைகளையும் செழுமைப் படுத்திக்கொண்டே இருந்தார். வருங்காலத்தில் ஆண் – பெண் உடலுறவு இல்லாமல் சோதனைக் குழாயில் குழந்தைகள் பிறக்கும் என்று 1938இல் விஞ்ஞானத்தின் மீது வைத்த நம்பிக்கையாக எழுதினார். அவரே 1943இல் வருங்காலத்தில் கம்பியில்லாத் தந்தி சாதனம் ஒவ்வொருவரின் சட்டைப் பையிலும் இருக்கும் என எழுதினார்.

7. உடல் தளர்ந்து அவ்வப்போது நோயின் கடுமையால் வலியால் துடித்த போதும் உடற்சுகங்களையோ ஓய்வுகளையோ கருதாது 94வயதுவரை சந்தித் திடல்களில் மக்களைச் சந்தித்து கொள்கைகளைப் பேசிக் கொண்டேயிருந்தார்.

இத்தகைய நீண்ட காலம், அதுவும் மரணத்திற்கு அருகில் நின்றது வரை போர்க்குணத்தோடு உலாவிய தலைவர் இந்தியா வில் வேறு யாரும் இல்லை.

தூங்காமை, கல்வி (பட்டறிவு), துணிவுடைமை அனைத் துக்கும் மேலாகத் தன்னலமின்மை ஆகிய பண்புகள் பெரியாரை மாமனிதராக ஆக்கின.

### பார்ப்பனியமும் நிறுவனங்களும்

பார்ப்பனியத்தின் பலமான அம்சங்களில் ஒன்று நிறுவன பலமாகும். இந்த நிறுவனபலம் பழைய காலத்தில் பார்ப் பனர்களுக்கு இரண்டு வகையாக இருந்தது. ஒன்று நிலபுலங் களோடும் சொத்துக்களோடும் இருந்த பெரிய கோயில்கள். மற்றொரு வகை கண்ணுக்குப் புலனாகாத கருத்தியல் நிறு வனமாகும். அதாவது வேதங்கள், சாத்திரங்கள், புராணங்கள் ஆகியனவாகும். அக்காலத்தில் புராணக் கதைகளும் சாத்திரங் களும் பார்ப்பனரல்லாத மக்கள் கூட்டத்தைச் சிந்தனை அளவில் அடிமை ஆக்கின. கோயில்கள் உலகியல் ரீதியாக, அவர்களை நிரந்தர அடிமைகளாக ஆக்கின.

19ஆம் நூற்றாண்டின் கடைசிப் பகுதிக்குள் கோயில்கள் வலுவற்றுப் போய்விட்டன. பார்ப்பனர்கள் அவற்றைக் கைவிட்டு விட்டு நகரத்தில் குடியேறினர். இரண்டாவது வகை நிறுவனமான, கருத்தியல் நிறுவனங்களான புராணக் கதைகளும், சாத்திரங்களும் செல்வாக்கிழந்து போயின. ஆதிக்கக் கருத்தியலை நிலைநாட்டிக் கொள்ள பார்ப்பனர்கள் ஒரு புதிய கருவியினைக் கண்டனர். அதைத் தங்களுக்கு மட்டுமேயாக வளைத்துக் கொண்டனர். அதுதான் இந்தியப் பத்திரிகைகளாகும்.

இன்று இந்தியாவில் பெருவாரியாக விற்பனையாகும் நாள் வாரப் பத்திரிகைகள் அனைத்தும் பார்ப்பனரால் நடத்தப் படுவன அல்லது (பார்ப்பனரல்லாதார் நடத்தினாலும்) பார்ப் பன கருத்தாக்கங்களைப் போற்றுவனவே. தமிழ்நாட்டைப் பொறுத்த அளவில் தமிழர் நடத்தும் பத்திரிகைகளில் பார்ப்பனர் ஆதிக்கம் இருப்பதோடு பார்ப்பன எதிர்ப்பு நோக்கில் எந்தச் செய்தியும் வருவதில்லை. அவை விடுதலை, உண்மை, முரசொலி, இனி, தென்மொழி, தமிழ்ச்சிட்டு, தமிழர் கண்ணோட்டம், சிந்தனையாளன், மக்கள் தமிழகம் போன்றவை ஆகும்.

வலிமையும் கூர்மையும் வாய்ந்த பத்திரிகைச் சாதனத்தை எப்படிப் பார்ப்பனர்கள் தமதாக்கிக் கொண்டனர் என்பது தனிக்கதை. கடந்த நூற்றாண்டின் கடைசிப் பகுதியில் (1875– 1890) இந்து மதத்தை மையமாக வைத்துத் தொடங்கப்பெற்ற பத்திரிகைகள் அனைத்தும் பார்ப்பனர்களால் தொடங்கப் பெற்றன. ஆங்கிலப் பத்திரிகை ஒன்றினையும், The Hindu என்ற பெயரிலேயே அவர்கள் தொடங்கினர். ஹிந்து என்ற கோட்பாடே தங்களை அடுத்த நூற்றாண்டில் வாழ வைக்கப் போவதனை அவர்கள் உணர்ந்திருந்தனர். பின்னர் திலகர், காந்தி என்ற இருபெரும் சக்திகளாலும் அவற்றின் செல்வாக்காலும் தேசிய இயக்கப் பத்திரிகைகள் எல்லாமே இந்து என்ற போர்வையில், பார்ப்பனிய நலன்களைக் கவனமாகப் பாதுகாத்துக் கொண்டன.

விடுதலைப் போராட்டத்தின் இறுதிக் கட்டத்தில் தங்களுக் கிருந்த பத்திரிகை பலத்தாலேயே தங்கள் அரசியல் ஆதிக்கத்தை தக்க வைத்துக் கொள்ள இன்னொரு நிறுவனத்தையும் பார்ப் பனர்கள் வளர்த்து எடுத்தனர். அதுதான் காஞ்சி சங்கராச்சாரி யார் மடம்.

சிருங்கேரி மடத்திற்குக் கும்பகோணத்தில் ஒரு கிளை மடம் இருந்தது. இந்தக் கிளை மடம் கர்நாடகப் போர் நடந்த காலத்தில்

காஞ்சிபுரத்திற்குத் தனது இருப்பிடத்தை மாற்றியது. அங்கே முதலில் கம்மாளருக்குச் சொந்தமான காமாட்சியம்மன் கோயிலை இந்த மடத்துக்காரர்கள் பிரிட்டிஷ் அரசை ஏமாற்றித் தமக்குச் சொந்தமாக்கிக் கொண்டனர். பிறகு இதுதான் ஆதிசங்கரர் ஸ்தாபித்த முதல் மடம் என்று கதை கட்டினர். (இதற்கு மேலும் தெளிவான ஆதாரங்களுடன் செய்திகளை அறிய 'காஞ்சி மடம் ஒரு கட்டுக்கதை' என்ற நூலினைப் படிக்கவும், ஆசிரியர் வாரணாசி ராஜகோபால் சர்மா) ஆட்சி அதிகாரத்தில் பார்ப்பனர்களுக்கு இருந்த செல்வாக்கு அதற்குத் துணை செய்தது. சிருங்கேரி மடத்தின் கும்பகோண (காஞ்சிபுர) கிளை மடத் தலைவர் சிக்க உடையார் சுவாமிகள் என்பவர் 15வது காமகோடி பீடாதிபதியாகவும், ஜகத்குருவாகவும் பெயர் மாற்றப்பட்டார். 1946இல் இந்த மடத்திற்குக் காந்தியை அழைத்து வந்தார்கள். அதன் பிறகு இன்று வரை இந்தியப் பிரதமர் தொடங்கி அரசியலிலும் பத்திரிகைத் துறையிலும் பிழைக்க விரும்பும் எல்லோருக்கும் காஞ்சி மடம் யாத்திரைத் தலமாக மாற்றப்பட்டது. சங்கராச்சாரி நூற்றாண்டுக்கு பிரதமர், முன்னாள் பிரதமர், தலைமைத் தேர்தல் அதிகாரி, உள்துறை அமைச்சர்வரை வருகின்றனர்.

காலஞ்சென்ற சந்திரசேகரேந்திர சரஸ்வதி என்ற பெயர் கொண்ட சங்கராச்சாரியார் மிகச் சிறந்த படிப்பாளி. அவர் அறுபதாண்டுகளுக்கு மேலாகப் பட்டத்தில் இருந்தார். தமிழ் அறிவுலகமும், இந்திய இதழியல் உலகமும் உருவாகி வருகின்ற பொழுது, அவர் மிகுந்த புத்திசாலித்தனத்துடன் அதைத் தனக்கென வளைத்துக் கொண்டார். அதன் விளைவாக ஸ்மார்த்தப் பார்ப்பனர்களின் சாதிக்கும் மதத்திற்கும் தலைவரான அவரை ஜகத்குரு (உலகத் தலைவர்) என அச்சு வழி ஊடகங்கள் (தினமணி, The Hindu) ஆரவாரம் செய்து ஏமாளித் தமிழர்களை நம்ப வைத்தன. அவரது பேச்சுக்களை தெய்வத்தின் குரல் என்ற பெயரில் திருநாவுக்கரசு செட்டியாரின் வானதி பதிப்பகம் வெளியிட்டுள்ளது. அந்த நூலில் நாம், நாங்கள், நம்முடைய ஆகிய சொற்களெல்லாம் பார்ப்பனர்களை மட்டுமே குறித்தன வையாகும். தமிழ் வாசகர்கள், நூற்றுக்கு நூறு ஏமாந்துபோன இடத்தில் இதுவும் ஒன்றாகும்.

சுருக்கமாகச் சொன்னால் ஸ்மார்த்தப் பார்ப்பனர்களின் ஒரு சிறு பிரிவின் தலைவர் (பார்ப்பன சாதித் தலைவர்களில் ஒருவர்) இந்தியாவின் ஆஸ்தான சாமியாக்கப்பட்டார். வேறு

வகையில் சொல்வதானால் இந்திய ஆட்சி அதிகாரத்தில் தமிழ்நாட்டுப் பார்ப்பனர்களின் செல்வாக்கு ஒரு பொய் மடத்தை அதிகார மையமாக்கியது.

பார்ப்பனர்கள் மட்டுமல்ல, ஜெயகாந்தன், வலம்புரி ஜான் போன்ற எழுத்தாளர்கள் கூட சங்கராச்சாரியாரைப் பற்றி எழுதியே தீர வேண்டும். பகுத்தறிவுப் பரம்பரையில் வந்த குங்குமம் போன்ற இதழ்கள் கூட இந்தச் சாமியாரின் படத்தைப் போட்டே ஆக வேண்டும். இந்த உண்மையான அதிகார மையத்தின் பெருமையினை கலைமகள், ஆனந்தவிகடன், குமுதம், ஜூனியர் விகடன், இந்தியன் எக்ஸ்பிரஸ், தி ஹிந்து ஆகிய பத்திரிகைகளும் தொடர்ந்து பரப்பி வரும். ஆனால் அதை மறைமுகமாகச் செய்யும். ஒட்டு மொத்த விளைவாகப் பார்ப்பனர் வாசனையே படாத குக்கிராமத்தின் கருப்பசாமி கோயில் திருவிழாப் பத்திரிகை கூட 'காஞ்சி ஜகத்குரு அருளாணைப்படி' என்றுதான் அச்சடிக்கப்படுகிறது.

இக்காலத்தில் வலிமையான மக்கள் தொடர்பு சாதனங்களில் சினிமாவும், பத்திரிகையும் அடங்கும். கலை இலக்கியத் துறைகளில் பார்ப்பனர்கள் செல்வாக்கைத் தூக்கிப் பிடிக்க இந்த இரண்டு நிறுவனங்களும் பெருந்துணை செய்கின்றன. இவர்களுக்குச் சினிமா என்றால் பாலசந்தர், ஜீவி, மணிரத்தினம், கமலஹாசன், லெட்சுமி இவர்கள்தான் நினைவுக்கு வருவார்கள். சிறுகதை, நாவல் துறை என்றால் கு.ப.ரா. முதல் லா.ச.ரா வரை ஒரு நீண்ட பட்டியல் ஒப்பிப்பார்கள். பூமணி, பிரபஞ்சன், வண்ணதாசன், பா. செயப்பிரகாசம், கந்தர்வன் போன்ற பெயர்களெல்லாம் இவர்களது நினைவுக்கே வருவதில்லை. அதிலே தொட்டுக் கொள்கிற மாதிரி ஏதோ புதுமைப்பித்தன் பெயர் இருக்கும். அரைப் பார்ப்பனர்களான அகிலன், ஜெயகாந்தன் பெயர்கள் கட்டாயம் இருக்கும். சமையல் குறிப்புகள் என்றால் தமிழ்நாட்டில் தெருவுக்கு ஒருவர் மட்டுமே புலால் உண்ணுவதால் அதை விட்டு விட்டு சைவச் சமையல் பற்றித்தான் குறிப்பு இருக்கும். இசை நடனத் துறைகளை இவர்களே கண்டுபிடித்ததால்(?) இவர்களை மீறி வெளியே வர மதுரை சோமுவும், சேலம் ஜெயலெட்சுமியும் பட்டபாடு அவர்கள் கும்பிட்ட கடவுளுக்கே வெளிச்சம். எம்.எஸ். சுப்புலெட்சுமி போன்ற இசை மேதைகளைப் பார்ப்பனர் அல்லாத குலத்தில் பிறந்தவர் என்று இன்று நம்புவார்களா? கல்கியும், ஆனந்த விகடனும் இந்த உண்மையை மறந்தும்கூட வெளிப்படுத்துமா?

ஒரு பார்ப்பன பெண் நடன அரங்கு ஏறுகிறாள் என்றால் அந்த நிகழ்ச்சிக்கு கஸ்டம்ஸ் கலெக்டராகவோ, இன்கம்டாக்ஸ் கமிசனராகவோ அல்லது அரசு செயலாளராகவோ இருக்கிற ஒரு பார்ப்பனர் தலைமை தாங்குவார். சென்னையில் உள்ள ஒரு பார்ப்பன சபாவின் செயலாளரும் ஒரு பார்ப்பன இசை வாணரும் பாராட்டுரை வழங்குவார்கள். சுப்புடு அதைக் கல்கியிலும், ஆனந்த விகடனிலும் பாராட்டி எழுதுவார். பூணூல் போட்டுக் கொண்ட தமிழ்நாட்டு டி.வி அவரைப் பேட்டி காணும். அந்தப் பெண் தன்னுடைய திறமைக்கு 'சங்கராச் சாரியாரின் அருளாசிதான் காரணம்', என்று பேட்டியில் சொல்லுவார். இப்போது புரிகிறதா பார்ப்பனியத்தின் நிறுவன பலமும் அவற்றின் ஒருங்கிணைப்பும்.

நான்கைந்து தலைமுறையாக இங்கே இதுதான் தொடர்ந்து நடந்து கொண்டிருக்கிறது. இன்றும் கூட வானொலியில் (மதுரை நிலையம்) தமிழ் ஒலிபரப்பு ஆரம்பிக்கும் காலவேளையில் எந்தத் தமிழருமே பயன்படுத்தாத சக ஆண்டு, பல்குண மாதம், நாள் போன்றவற்றைச் சொல்லி ஆரம்பிப்பதும், திருவள்ளுவர் ஆண்டு, தமிழ் மாதப் பெயர்கள், நாள் ஆகியவற்றைப் புறக்கணிப்பதும் நடந்து கொண்டிருக்கிறது. இது போன்றுதான் தொடர்ந்து நடக்கும் தமிழனுக்குச் சொரணை வரும்வரை.

## பார்ப்பனியத்திற்குத் துணை போகும் பார்ப்பனரல்லாதவர்கள்

பார்ப்பனியம் எங்கே இருக்கிறது. அது செத்துப் போய் விட்டது. 'பார்ப்பனர்கள் மாறிப் போய்விட்டார்கள்', இப்படி யொருவாதத்தைப் பார்ப்பனரல்லாத படித்த நண்பர்கள் மத்தியில் அடிக்கடி கேட்கலாம். இவர்கள் இந்த முடிவுக்கு எப்படி வந்தனர்? வேறு எப்படி? வழக்கம் போல பார்ப்பனர்களால் ஏமாற்றப்பட்டுத்தான்.

பூணூல், குடுமி, பஞ்சகச்சம் வைத்துக் கட்டுதல், தீண்டாமை, புலால் உண்ணாமை முதலிய பழக்கங்களைப் பார்ப்பனர்கள் விட்டுவிட்டார்கள் என்பது உண்மைதான். இவையெல்லாம் பார்ப்பனியத்தின் முகம் மட்டுமே. எவையெல்லாம் பார்ப் பனியத்தின் உயிர் என்பதனைக் கீழ்க்காணுமாறு அடையாளம் கண்டுகொள்ள வேண்டும். ஏனென்றால் பார்ப்பனியம் என்பது வெளி ஆச்சாரம் மட்டுமல்ல. அது கருத்தியல் (Idelology) ஆகும்.

அது மட்டுமல்ல. அது பார்ப்பனரல்லாதார் மீதான ஒடுக்குமுறைக் கருத்தியலும் ஆகும்.

1. பிறவியினால் ஒருவனை மேல், கீழ் என அடையாளம் காணுவது, நினைப்பது, காட்டுவது.

2. கடுமையான உடல் உழைப்புள்ள தொழில்களைத் தாழ் வாக எண்ணுவது, உடல் உழைப்புத் தொழில்களைத் தவிர்ப்பது.

3. ஒவ்வொருவரையும் குலத்தொழிலைச் செய்ய கட்டாயப் படுத்தி அதிலிருந்து வெளியே வராமல் இருக்கச் செய்வது.

4. வெகுஜனப் பத்திரிகைகளில் வரும் பார்ப்பனக் கருத்தாக் கங்களை நம்பி அவற்றினைப் பிரச்சாரம் செய்வது (குறிப்பாக சங்கராச்சாரியார், அஹிம்சை, கணபதி ஹோமம், இந்து மதம் முதலிய சொற்களில் நம்பிக்கை வைப்பது)

பார்ப்பனியம் நேற்றுவரை வேதத்தின் புனிதம், புராணக் கதைகள், சடங்குகள் ஆசாரங்கள் ஆகியவற்றின் மூலம் தனக்கு வேண்டிய கருத்துக்களை மற்றவர்கள் மூளைக்குள் திணித்தது. இன்றும் அதே கருத்தாக்கங்களை மறைமுகமாகப் பத்திரிகைகள் மூலம் மற்றவர்கள் மூளையில் திணித்து வருகிறது.

மேற்குறித்த வகையான கருத்துக்களை அறிந்தே கடைப் பிடித்து வரும் ஏமாறும் தமிழர்களை நாம் பார்ப்பன அடிவருடி கள் என்று அழைப்பதே பொருத்தமானது. இவர்கள் பார்ப் பனியம் என்ற ஒடுக்குமுறைக் கருத்தியலுக்குப் பலியாகிப் போனவர்கள். ஏனென்றால் பார்ப்பனரல்லாதவரான படித்த ஒருவருக்குப் பார்ப்பனியம் ஒரு உளவியல் தடையாக மாறி விடுகிறது. ஒட்டு மொத்தமாக பார்ப்பனரல்லாதாரின் சமூக உளவியல் தடையாகவும் பார்ப்பனியம் வளர்ந்திருக்கிறது. இனி மேற்குறித்த கருத்துக்களை விரிவாகக் காண்போம்.

நண்பர்கள் மற்றொரு தனிநபரைப் பாராட்டும் போதும் இகழும்போதும் அவரது சாதியையும் சேர்த்துப் பேசுவது சாதாரணமாக உரையாடல்களில் நாம் காணுவதாகும். சாதிப் புத்தி என்ற தொடரைப் பயன்படுத்தும் இவ்வகையான பேச்சுக் களில் 'சாதிப்புத்தி' என்பதனை நாம் நண்பர்கள் 'பிறவிப் புத்தி' என்றே கொள்கிறார்கள். இந்த மேல்தட்டு மனோபாவம் பார்ப்பனியக் கூறுதான்.

மலம் அள்ளும் கவுண்டரைக் கண்டதுண்டா? வன்னியரைக் கண்டதுண்டா? செட்டியாரைக் கண்டதுண்டா? என்பது

போன்ற கேள்விகளை முற்போக்குப் பார்ப்பனர்கள் நயவஞ் சகமாகக் கேட்கிறார்கள். இங்கு ஒரு செட்டியாரோ, வன்னியரோ, கவுண்டரோ, சக்கிலியரோ, பள்ளரோ தங்கள் சாதித் தொழிலை மட்டுமே செய்கிறார்கள் என்பது அச்சாதியின் வெற்றியல்ல. அது வருணாசிரமத்தின் வெற்றியாகும். ஒவ்வொரு சாதிப்பிரிவும் இந்தத் தொழிலைத்தான் செய்ய வேண்டும் என ஏற்பாடு செய்து வைத்த பார்ப்பனியக் கருத்தாக்கத்தின் (வருணாசிரம முறையின்) தாக்கம் இன்னும் வலிமையோடு உள்ளது என்பதுதான் உண்மையான பொருளாகும்.

ஆயினும் இன்றையப் பொருளாதாரச் சூழலில் பார்ப் பனரல்லாதார் அதிகம் பாதிக்கப்பட்டு வேறு சில தொழில் களில் ஈடுபடுகின்றனர். இன்று செருப்புத் தயாரித்தல், முடி திருத்தல், அனைத்து வகையான விவசாயத் தொழில்கள், கல்லு டைத்தல், பாரவண்டி இழுத்தல் போன்ற வேலைகளைச் சாதி வேறுபாடில்லாமல் பார்ப்பனரல்லாதார் பார்க்கக்கூடிய நிலை உள்ளது. ஆனால் அதே நேரத்தில் இந்தியாவின் பெரும்பகுதி மக்களின் தொழிலாகிய விவசாயத்தில் கூடப் பார்ப்பனர்கள் இன்னும் ஈடுபடவில்லை. அப்படிப்பட்ட நெருக்கடி அவர்களுக்கு ஏற்படவில்லை என்பதும் கவனிக்கத்தக்கது. ஒவ்வொரு சாதிக்கும் வரையறுக்கப்பட்ட சாதி ஆச்சாரத்தைப் பார்ப்பனியம் நம்மீது திணித்து வைத்திருக்கிறது. ஒடுக்கப்பட்ட சாதியார் மட்டுமே பசு, பன்றி இவற்றின் மாமிசத்தை உண்ணும் வழக்கம் இருந்தது. இன்று இராணுவத்திலும் நட்சத்திர உணவு விடுதிகளிலும் அனைத்துச் சாதியாரும் இவற்றை உண்ணுகிறார்கள். இருப்பினும் பொது இடங்களிலும் இவ்வகை இறைச்சி மட்டும் அல்லாமல் பிறவகை ஆடு, கோழி இறைச்சிகளும் தவிர்க்கப்பட்டு மரக்கறி (சைவ) உணவும், மிகப் பெரிய சைவ உணவு விடுதிகளும் மேட்டிமையின் சின்னங்களாகக் கருதப்படுகின்றன.

மணமுறிவும், மறுமணமும், விதவை மறுமணமும் தமிழ்நாட்டு மக்கள் தொகையில் குறைந்தது 60% மக்களால் நேற்றுவரை கைக்கொள்ளப்பட்டு வந்தன. இவை பெண் உரிமையின் அடையாளங்களாகும். தன்னுடைய குடும்பத்தில் இவை நடைபெறுவது 'நாகரிகக் குறைவு' அல்லது 'கேவலம்' என்கிற மனப்போக்கு இப்பொழுது பார்ப்பனரல்லாதோரிடையே பெருகி வருகிறது. இவ்வகை உணர்வுடைய நண்பர்களை நாம், 'பார்ப்பனியத்திற்குப் பலியாகிப் போனவர்கள்' என்று கொள்ளுதல் வேண்டும்.

சாதிக்குரிய நல்ல மரபுகளை மறைத்துக்கொள்வது என்று நாம் இதனைத்தான் குறிப்பிடுகின்றோம்.

மருத்துவம், பொறியியல், வேளாண்மை, கணிப்பொறி ஆகிய தொழிற்கல்லூரி படிப்புகளின் மீது பார்ப்பனரல்லாத நடுத்தர வர்க்கம் வெறிகொண்டு அலைகிறது. இதற்கான போலித் தனமான மனப்பாடக் கல்வியைத் தங்கள் பிள்ளைகளின் மீது திணித்துக் கொடுமைப்படுத்துகிறார்கள். இந்தக் கல்வியின் மீது இவர்களுக்கு என்ன இப்படித் திடீர்க் கவர்ச்சி? மிகப் பெரிய பணக்காரன் கூட இந்தப் படிப்பினை நாடிப் போவது ஏன்? இந்தத் தொழில்கள் வாழ்க்கையின் ஏதேனும் ஒரு கட்டத்தில் கருப்புப் பணத்தின் ஊற்றாகவும், அதன் மூலம் அதிகார மையங் களை நெருங்குவதற்கும் வாயிலாகவும் அமைந்து விடுகிறது. அதாவது மாதம் இரண்டு இலட்சம் ருபாய் சம்பாதிக்கும் வியாபாரியை விட மாதம் ரூ.20,000/- சம்பாதிக்கும் டாக்டர் ஒரு மாவட்ட ஆட்சித் தலைவரையோ, அமைச்சரையோ எளிதில் சந்திக்க முடியும். உலக அதிகார மையங்களாகிய அமெரிக்காவிலோ ஜப்பானிலோ எளிதில் தொடர்பு ஏற்படுத்திக் கொள்ள முடியும். இப்போதுள்ள தொழிற்கல்விப் படிப்பின் மீதான போலிக் கவர்ச்சி கருப்புப் பணத்தின் மீதான கவர்ச்சி, இது பொதுநல உணர்வோடு பிறந்ததல்ல. உள்நாட்டுத் தொழில்நுட்பத் தோடு இந்தக் கல்வி முறை மாற்றம் பெறும்வரை இது எளிய மக்களுக்குப் பயன்படாது. இருப்பினும் பார்ப்பனர்களுக்கு மாற்றாக இந்தத் துறையில் பார்ப்பனரல்லாதார் நுழைகிறார்கள் என்பதில் மட்டுமே நாம் நிறைவுகொள்ளலாம்.

நேரடியாக அரசு அதிகாரப் பதவிகளை அடைவதில் சிலர் அதிக நாட்டம் கொண்டுள்ளனர். குறிப்பாக காவல்துறை, வனத்துறை, சோதனைப் பணிப்பிரிவுகள் ஆகிய துறைகளில் பணி செய்பவர்கள் தங்கள் பதவிக்குரிய அதிகார வரம்பினை மிக எளிதாக மீறுவது கண்கூடு. தங்களின் பண வருவாயினை விட எசமான், துரை, அய்யா போன்ற சொற்களால் தங்களைப் பிறர் அழைக்க வேண்டும் என்ற உணர்வுடன் பலர் நடந்து வருகின்றனர். அதிகாரம் இங்கே போதையாக மாறிவிடுகிறது. தங்களுக்குப் பிறர் அடிமை செய்வதைப் போலத் தங்களைவிட உயர்ந்த பதவிகளில், நிறைய அதிகாரத்துடன் இருப்பவர்களுக்கு இவர்கள் கூசாமல் அடிமை வேலை செய்யத் தயாராகி விடுவார்கள். ஆக மொத்தத்தில் பணிவு, சட்டம் என்ற பெயரில் சுயமரியாதை உணர்வும் விடுதலை உணர்வும் பார்ப்பனியத்தால் பலியிடப்படுகின்றன.

பார்ப்பனர் அல்லாத படித்தவர்களையும், பார்ப்பனருக்குத் துணை போகச் செய்வதில் பெரும் பங்கு வகிப்பன வெகுஜனப் பத்திரிகைகளே. இந்தப் பத்திரிகைகளின் சிந்தனைத் தாக்கத்திற்கு இரையாகாத பார்ப்பனரல்லாதாரே இல்லை எனலாம். கல்கி, ஆனந்த விகடன், தினமலர் இவை இலேசாக வாசிப்புப் பழக்கமுடைய பார்ப்பனரல்லாதாரை ஏமாற்றுகின்றன. இதைத் தாண்டி வாசிக்கும் ஆர்வமுடையவர்களை இந்தியா டுடே, மஞ்சரி, கலைமகள், சர்வதேச அறிவாளி சோவின் துக்ளக், தினமணி ஆகியவை ஏமாற்றும். ஆங்கில வாசிப்புப் பழக்கமுடையவர்களை எக்ஸ்பிரஸ், ஹிந்து ஆகியவை மிக நாகரிகமாக நடையில் எழுதி ஏமாற்றும். இவையே அன்றி மிச்சம் இருக்கிற திருப்பணிகளை குங்குமம், சுமங்கலி, வாசுகி, தினத்தந்தி, குமுதம் போன்ற சுத்தத் தமிழர்களின் பத்திரிகைகள் இலாப நோக்கத்திற்காகச் செய்து முடிக்கும்.

'சங்கராச்சாரியார் உலகத்திற்கே வழிகாட்டக் கூடியவர்'. எல்லோரும் சாதியை மறந்து ஒன்றாக இருக்க வேண்டும். ஆங்கில மீடியத்திற்குப் பிள்ளைகளை அனுப்புவது நாகரிகமான விசயம் ஆகிய கருத்தாக்கங்கள் மேற்கூறிய பத்திரிகைகளால் மீண்டும் மீண்டும் தமிழர்களின் மூளையில் திணிக்கப்படுகின்றன. இதே மூளைச்சலவை வானொலி, தொலைக்காட்சி, திரைப்படம் ஆகியவற்றால் நாள்தோறும் தொடர்ந்து செய்யப்படுகின்றது. அதன் விளைவாக தீபாவளிக்குச் சங்கராச்சாரியார் ஏன் தமிழர்களுக்கு ஆசி வழங்க வேண்டும். வானொலியில் ஏன் ஒரு நாளைக்கு மூன்று மணிநேரம் தெலுங்கிலும் வடமொழியிலும் பாடல் ஒலிப்பரப்பப்பட வேண்டும்? என்ற கேள்வியை எழுப்பும் சிந்தனைத் திராணியையே தமிழர்கள் இழந்துபோய் விடுகிறார்கள். ஜாதிமல்லி என்ற படத்தை பாலசந்தர் (ஐயர்) எடுப்பதன் மூலம் மண்டல் அறிக்கைக்கு மீண்டும் நெருப்பு வைக்கிறார் என்பது இவர்களுக்கு உறைக்கவில்லை.

இப்பொழுது நமக்குத் தெளிவாகப் புரிகிறது. பார்ப்பனியத்தை எதிர்த்துப் போரிட விரும்பும் எவரும்,

1. பார்ப்பனியத்தின் பாதுகாவலராக இருக்கும் பார்ப்பனர்களை எதிர்க்க வேண்டும்.

2. சுயநல காரணங்களுக்காகத் தெரிந்தே பார்ப்பனியத்திற்குத் துணை போகும் பார்ப்பனரல்லாதவர்களை மக்களுக்கு அடையாளம் காட்ட வேண்டும்.

3. அறியாமையால் பார்ப்பனியத்திற்குத் துணை போகின்ற வர்களை விமர்சனரீதியில் தெளிவுபடுத்தி பார்ப்பனியத்திற்கு எதிராக அணி திரட்ட வேண்டும்.

### முடிவுரை

இந்தச் சிறிய நூல் பார்ப்பனியத்தின் ஆதிக்க உணர்வினை யும் பார்ப்பனிய எதிர்ப்பின் வரலாற்றினையும் ஓரளவு உங்களுக்கு அடையாளம் காட்டியிருக்கிறது. இது சுயமரியாதை உணர்வு கொண்டு சமூக மாற்றத்தை விரும்பும் இளைஞர்களுக்கான முதல் பாட நூல் மட்டுமே ஆகும். விரிவான செய்திகளையும் கருத்துக்களையும் தெரிய விரும்புபவர்கள் முதலில் படிக்க வேண்டியன காலவரிசைப்படி பெரியாரின் அனைத்து எழுத்துக் களையும் பேச்சுக்களையும் ஆகும். பெரியாருக்குப் பின்னர் வந்த திராவிடர் இயக்கம் பற்றி ஆய்வு நூற்களையும் அவசியம் படிக்க வேண்டியதாகும்.

அளவில் சிறிய இந்தப் பாட நூலிலிருந்து நீங்கள் தெரிந்து கொள்ள வேண்டியது இதுதான். பார்ப்பனியத்தோடு நாம் தொடுத்த போர் இன்னும் முடியவில்லை என்பதுதான்.

# 5

## புனா ஒப்பந்தம்:
## ஒரு சோகக் கதை

மதுரை நகரத்தின் தெருக்களிலும் பேருந்துகளிலும் 1992 செப்டம்பர் மூன்றாம் வாரத்தில் தாழ்த்தப்பட்ட மக்களின் அமைப்பொன்றின் சார்பில் சுவரொட்டி ஒன்று காணப்பட்டது. "படுபாதகன் காந்தி புனா ஒப்பந்தத்தின் மூலம் தாழ்த்தப்பட்ட மக்களைக் கழுத்தறுத்த நாள் செப்டம்பர் 24" என்பது அந்தச் சுவரொட்டியின் வாசகம் ஆகும். பொதுமக்கள், அரசியல் வாதிகள், காவல்துறையினர் ஆகியோரை மட்டுமின்றி வரலாற்று உணர்வு உடையவர்களையும் வரலாற்றுக் கல்வித்துறை சார்ந்தவர்களையும் அந்தச் சுவரொட்டியின் சொற்கள் அதிர்ச்சியடையச் செய்தன. புனா ஒப்பந்தம் 1932இல் ஏற்பட்டு, அறுபது ஆண்டுகள் கழித்து ஒப்பந்தத்திற்குக் காரணமானவர்கள், கையெழுத் திட்டவர்கள் அனைவரும் இறந்துபோன பின்னர் அந்த ஒப்பந்தம் கடுமையான சொற்களால் விமர்சனம் செய்யப் படுகிறது. ஒரே நூற்றாண்டுக்குள் முதல் தலைமுறையினர் 'மிகப் பெரிய அரசியல் சாதனை' என்று கொண்டாடியதை அடுத்த தலைமுறையினர் இத்தனை அளவு குறைத்து மதிப்பிட முடிந்தது எப்படி? ஒரு தலைமுறைக் காலத்திற்குள் (30 ஆண்டுகள்) நடந்த தலைகீழ் மாற்றத்திற்கான காரணம் என்ன? இந்தச் சுவரொட்டிக்கு மாற்றாக, இந்தச் சுவரொட்டியால் தாக்கப்பட்ட தேசிய இயக்க அரசியல்வாதிகள் (ஒரு காலத்தில் தேசிய இயக்கத்தில் இருந்து இப்பொழுது பல பெயர்களில் தேசிய அரசியல் கட்சிகளாகப் பிரிந்து நிற்பவர்கள்) ஏன் மாற்றுக் கருத்துக்களை முன் வைக்க வில்லை? இந்தக் கேள்விகளுக்கான விடையாக புனா ஒப்பந்தம் எழுந்த சூழ்நிலையினையும் அதன் பின்விளைவுகளையும் வரலாற்று உணர்வுடன் காண முற்படுவதே இச்சிறு வெளியீட்டின் நோக்கமாகும்.

இந்திய தேசிய இயக்கத்தின் வரலாற்றிலும், தாழ்த்தப் பட்டோர் இயக்க வரலாற்றிலும் நடந்த குறிப்பிடத்தக்க ஒரு அரசியல் நிகழ்ச்சி புனா ஒப்பந்தம் ஆகும். காங்கிரசு இயக்கத் திற்கும் அம்பேத்கார் இயக்கத்திற்கும் இடையிலான இந்த ஒப்பந்தம் 1932ஆம் ஆண்டு செப்டம்பர் மாதம் 24ஆம் நாள் சனிக்கிழமையன்று புனா நகரில் உள்ள எரவாடா சிறையில் காலவரையற்ற உண்ணாவிரதம் இருந்த காந்தியடிகள் முன்னி லையில் ஏற்பட்டது. காந்தியடிகளின் ஒப்புதலின் பேரில் அன்று மாலை புனா நகரில் இராமகிருஷ்ண பண்டர்கர் சாலை முதலாம் எண் இல்லத்தில் இரு தரப்பிலுமாக மொத்தம் 23 அரசியல் வாதிகள் இந்த ஒப்பந்தத்தில் கையெழுத்திட்டனர். காந்தியடிகள் இந்த ஒப்பந்தத்தில் கையெழுத்திடவில்லை. அன்று அவர் சிறையில் உண்ணாவிரதம் தொடங்கிய 4வது நாள். அன்றே உண்ணாவிரதத்தை நிறுத்திக்கொள்ள தாம் தயாராக இருப்பதாக பிரிட்டிஷ் பிரதமருக்கு காந்தி தந்திச் செய்தி அனுப்பினார். அதேபோல் ஒப்பந்தத்தில் கையெழுத்திட்ட தலைவர்களில் சர். தேஜ்பகதூர் சாப்ரு, பண்டித மதன் மோகன் மாளவியா ஆகியோரும் பிரிட்டிஷ் பிரதமருக்கு ஒப்பந்தம் ஏற்பட்ட செய்தியை தந்திச் செய்தியாக அனுப்பினர்.

மறுநாள் காலை புனாவில் இருந்து பம்பாய்க்குப் புறப் பட்டுச் சென்று அன்று பிற்பகல் இரண்டு மணிக்குப் பம்பாயில் நடைபெற்ற 'இந்துக்களின்' மிகப் பெரிய கூட்டம் ஒன்றில் மேற்குறித்த தலைவர்கள் ஒப்பந்தச் செய்தியை மக்களுக்கு விரிவாக அறிவித்தனர். அன்று பம்பாயில் மேலும் 18 தலை வர்கள் ஒப்பந்தத்தில் கையெழுத்திட்டனர். ஒப்பந்தத்தை பிரிட்டிஷ் அரசாங்கம் ஏற்றுக்கொண்ட செய்தி அதற்கு மறு நாள் (26.09.1932) கிடைத்தது. அன்று மாலை 5.15 மணிக்கு எரவாடா சிறையில் மனைவி கஸ்தூரிபா காந்தி ஆரஞ்சுப் பழச்சாறு தர காந்தியடிகள் தமது 6 நாள் 5 மணி நேர உண்ணா விரதத்தை முடித்துக் கொண்டார். அப்போது கவிக்குயில் சரோஜினி நாயுடு, மோதிலால் நேருவின் மனைவி, சர்தார் வல்லபாய் படேல், காந்தியடிகளின் செயலாளர் மகாதேவ தேசாய் ஆகியோர் உடனிருந்தனர்.

இந்த ஒப்பந்தம் காங்கிரசு இயக்கத்திற்கும் அம்பேத்கார் இயக்கத்திற்கும் இடையிலான ஒப்பந்தமா? அல்லது சாதி இந்துக் களுக்கும் தாழ்த்தப்பட்ட மக்களுக்கும் இடையிலான ஒப்பந் தமா? என்பதை நுனித்து ஆராய வேண்டும். அம்பேத்கார் இது தன்னுடைய இயக்கத்திற்கும் காந்தியாரின் தலைமைக்கும் ஏற்பட்ட ஒப்பந்தம் என்றே கருதினார். காந்தியாரோ தாழ்த்தப்

பட்டோர் உள்ளிட்ட அனைத்து மக்களுக்கும் பிரதிநிதியான காங்கிரசுக் கட்சிக்கும் தாழ்த்தப்பட்ட மக்களின் இரண்டு பெரும் பிரிவுகளுக்கும் (ஒன்று அம்பேத்கார் தலைமையிலானது, மற்றொன்று தமிழ்நாட்டைச் சேர்ந்த எம்.சி. ராஜா தலைமையிலானது) இடையில் ஏற்பட்ட ஒப்பந்தமாகக் கருதினார். எனவே ஒப்பந்தம் ஏற்பட்டதற்காக அவர் தனது 'இந்து நன்றிகளை' (Hindu gratitudes) அம்பேத்காருக்கும். எம்.சி. ராஜாவுக்கும் தனித்தனியாகத் தெரிவித்துக்கொண்டார்.

உண்மையில் ஒப்பந்தத்தில் உயர்சாதி இந்துக்களின் சார்பாகக் கையெழுத்து இட்டவர்களிலும் இரண்டு பிரிவினர் இருந்தனர். ஒரு பிரிவினர் காந்தியடிகளின் தலைமையை ஏற்று காங்கிரஸ் கட்சிக்குள் இருந்த ராஜாஜி, தேவதாஸ் காந்தி, இராசேந்திர பிரசாத் ஆகியோர். மற்றொரு பிரிவினர் இந்து மிதவாதத் தலைவர்கள் (Hindu Liberal Leaders) எனப்பட்ட பண்டித மதன் மோகன் மாளவியா, தேஜ் பகதூர் சாப்ரு, ஜி.டி. பிர்லா, எம்.ஆர். ஜெயகர் ஆகியோர். இந்து மகாசபை என்ற அமைப்பு டாக்டர் பி.எஸ். மூஞ்சே தலைமையில் இது போன்றதொரு ஒப்பந்தத்தை மூன்று மாதங்களுக்கு முன்னதாக அம்பேத்காரை எதிர்த்து நின்ற எம்.சி. ராஜாவோடு செய்துகொண்டிருந்தது.

இந்த உண்ணாவிரதத்தையும் ஒப்பந்தத்தையும் பற்றி காந்தியடிகளின் பணியாளராக இருந்த பியாரிலால் ஒப்பந்தம் முடிந்த மூன்று மாதத்திற்கு உள்ளாக THE EPIC FAST என்ற ஆங்கில நூலை எழுதி வெளியிட்டார். இப்புத்தகத்திற்கு இராஜாஜி ஒரு முன்னுரை கொடுத்திருந்தார். இப்புத்தகத்தை ஒரு 'பாஸ் வெலியானா' என்று அம்பேத்கார் விமர்சித்தார். இதற்கு மாற்றாக டாக்டர் அம்பேத்கார் 1939இல் புனா ஒப்பந்தம் என்ற நூலில் தன்னுடைய கருத்துக்களை வெளியிட்டார். 'புனா ஒப்பந்தத்திலிருந்து காங்கிரஸ் சாற்றை உறிஞ்சிக் கொண்டு சக்கையை, தீண்டத்தகாதவர் எனக் கருதப்படுவோரின் முகத்தில் வீசியெறிந்தது என்று கூறி இந்த நீண்ட சோகக் கதையினை முடிக்கலாம்' என்பதுதான் அந்தப் புத்தகத்தின் கடைசி வாக்கியமாகும்.

இந்தியாவின் எதிர்கால அரசியல் சட்ட வரைவுக்காக இங்கிலாந்து அரசு ஒரு குழுவினை 1928இல் அமைத்தது. ஜோக்கன் சைமன் தலைமையில் அமைக்கப்பட்ட இந்தக் குழுவை காங்கிரஸ் இயக்கத்தினர் வன்மையாக எதிர்த்தனர். அதன் பின்விளைவாக இந்தியாவின் அனைத்து தரப்பினரையும் அழைத்துப் பேச இங்கிலாந்து அரசு இலண்டனில் வட்டமேசை மாநாடு ஒன்றைக் கூட்டியது. 1930ஆம் ஆண்டு நவம்பர் 12

முதல் 1931 ஜனவரி 19 முடிய நடைபெற்ற இம்மாநாடு முதல் வட்ட மேசை மாநாடு ஆகும். காங்கிரஸ் இயக்கத் தலைவர்கள் பலர் சிறையில் இருந்ததால் காந்தியடிகள் தலைமையிலான காங்கிரஸ் இயக்கம் இந்த மாநாட்டைப் புறக்கணித்தது. இந்த மாநாட்டில் இந்து மகாசபையின் (Hindu Mahasabha) டாக்டர் பி.எஸ். மூஞ்சேவும் இந்து மிதவாதக் கட்சித் தலைவர்களான சர். தேஜ்பகதூர் சாப்ரு, ரைட் ஆனரபில் சீனிவாச சாஸ்திரி, எம்.ஆர். ஜெயகர், தாழ்த்தப்பட்டோர் இயக்கத்தின் சார்பாக டாக்டர் அம்பேத்கார், (தமிழ்நாட்டைச் சேர்ந்த) ராவ் பகதூர் இரட்டைமலை சீனிவாசன் ஆகியோர் கலந்து கொண்டனர். அவர்களைத் தவிர முஸ்லீம்கள், கிறித்தவர்கள், சீக்கியர்கள் ஆகியோர்களின் சார்பாளர்களும் கலந்துகொண்டனர். இவர்கள் அனைவரும் முறையாக ஆங்கிலேய அரசால் அழைக்கப்பெற்ற பிரதிநிதிகள் ஆவர். மிகப் பெரிய இயக்கமான காங்கிரஸ் இயக்கம் கலந்து கொள்ளாததால் இம்மாநாட்டில் எந்த முடிவும் எடுக்கப்படவில்லை.

இந்த மாநாட்டில் வகுப்பு வேறுபாட்டு உணர்வுகள் (Communal Difference) கூர்மையாக நிலவியதாக 'இந்து' நாளிதழ் குறிப்பிடுகின்றது.

இந்த மாநாட்டைப் பற்றி டாக்டர் அம்பேத்கார் பின்வருமாறு குறிப்பிடுகிறார். 'தீண்டத்தகாதவர்கள் என்று கருதப் பட்டவர்கள் இந்துக்களிலிருந்து ஒரு தனிப் பிரிவினராக அங்கீ கரிக்கப்பட்டது மட்டுமல்லாது இந்திய அரசியல் அமைப்புச் சட்டம் எழுதப்படும்போது அவர்கள் கலந்தாலோசிக்கப்பட வேண்டும் எனும் உரிமையைக் கொண்ட முக்கியத்துவம் வாய்ந் தது இந்த மாநாடு ஆகும். இந்த மாநாட்டில் அம்பேத்கார் இந்திய தாழ்த்தப்பட்டோரின் நிலைப்பாட்டினை விளக்கும் போது 'பணிவான போக்கு முடிந்து எதிர்ப்புணர்ச்சி தொடங்குமிடத்தை அதிகாரத்தில் உள்ளவர்கள் புரிந்து கொள்ள வேண்டும். அப்படிப்பட்ட மனிதர்களைக் கொண்ட அரசாங்கம் ஒன்றே எங்களுக்கு அமைய வேண்டும்' என்றும் குறிப்பிட்டார்.

இந்த மாநாட்டில் அம்பேத்காரின் செயல்பாடு குறித்து இலண்டனிலிருந்து வெளிவந்த 'சண்டே கிரானிக்கல்' என்ற இதழ் 'டாக்டர் அம்பேத்கார் மனதளவில் ஒரு உண்மையான தேசியவாதி, அவரைத் தங்கள் பக்கம் இழுக்க விரும்பிய பிரிட்டிஷ் அதிகாரத்தை எதிர்த்து அவர் ஒரு புறம் உறுதியாகப் போர் நிகழ்த்தினார். மறுபுறம் இன்னொரு கடுமையான வேலையும் அவருக்கு இருந்தது. தன்னுடைய சகோதரச் சார்பாளரான

ராவ் பகதூர் சீனிவாசனை தேசியத் தளத்துக்கு இழுத்து வருவதுதான் அது என்று எழுதியது. இரண்டாம் வட்டமேசை மாநாட்டிற்கு முன்னர் 1931 ஜனவரி 21 காந்தியடிகள் சிறையில் இருந்து வெளிவருகிறார். அதே ஆண்டு பிப்ரவரி 17இல் அரசுப் பேராளர் (Viceroy) இர்வினைச் சந்திக்கிறார். மார்ச் 4ஆம் தேதி இருவருக்கும் ஒப்பந்தம் நடக்கிறது. காந்தியடிகள் ஒத்துழையாமை இயக்கத்தை நிறுத்தி வைக்கிறார்.

இரண்டாம் வட்ட மேசை மாநாட்டில் கலந்து கொள்ள காங்கிரஸ் உடன்படுகிறது. இரண்டாம் வட்டமேசை மாநாடு தொடங்குவதற்கு முன்னர் ஆகஸ்டு 14இல் காந்தியடிகளின் வேண்டுகோளின் பேரில் அவரை அம்பேத்கார் பம்பாயில் சந்திக்கிறார். இரண்டாம் வட்ட மேசை மாநாடு செப்டம்பர் 12இல் தொடங்குகிறது. மாநாட்டில் தாழ்த்தப்பட்டோர் பிரதிநிதி களாக மீண்டும் அம்பேத்காரும், இரட்டைமலை சீனிவாசனும் கலந்து கொள்கின்றனர். காங்கிரஸ் இயக்கத்தில் இருந்து காந்தியடிகள், இந்துக்களின் தலைவர்களாக பண்டித மதன் மோகன் மாளவியா, கஸ்தூரிரங்க ஐயங்கார் முதலியோர் கலந்து கொள்கின்றனர்.

1931ஆம் ஆண்டு செப்டம்பர் 15ஆம் நாள் அன்று நடை பெற்ற கூட்டமைப்புக் குழுவில் (Federal Structure Committee) முதற் கூட்டத்தில் பேசும் போது தாழ்த்தப்பட்டோருக்கான தனித் தொகுதிக் கோரிக்கையை காந்தியடிகள் எதிர்த்தார். 'இந்தியா முழுமையிலும் உள்ள எந்த ஒரு அங்கத்தின் அல்லது தனி நபரின் நலன்களைப் போலவே தீண்டத்தகாதவர்கள் எனக் கருதப்படுபவர்களின் நலன்களும் காங்கிரசுக்குத் தெளி வாகத் தெரிகிறது. ஆதலின் அவர்களுக்கு மேலும் அதிகப்படியான எந்த விதமான சிறப்புப் பிரதிநிதித்துவத்தையும் நான் கடுமை யாக எதிர்க்கிறேன்' என்பது அவர் தம் வெளிப்படையான வாதமாகும்.

அதே கூட்டத்தில் அன்று மாலையில் பேசிய டாக்டர் அம்பேத்கார் இதனைக் கடுமையாக எதிர்த்தார். அம்பேத்காரின் கடுமையான எதிர்ப்பினைக் கண்ட காந்தியடிகள் இந்தியக் குழுக்களிடையே ஒரு சமரசத்தை எட்டுவதற்காகக் கூட்டத்தை சில நாட்கள் ஒத்தி வைக்க பிரிட்டானியப் பிரதமரை வேண்டிக் கொண்டார். இந்த வேண்டுகோளை முஸ்லீம்களின் பிரதிநிதி யான சர் அலிஇமாமும், இந்து மிதவாதிகளின் பிரதிநிதிகளான பண்டித மதன் மோகன் மாளவியாவும் ஆதரித்தனர்.

இந்தக் கால அவகாசத்தில் காந்தியடிகள் முஸ்லீம்களோடு ஒரு சமரச ஒப்பந்தத்தை உருவாக்கப் போகிறார் என்பதை டாக்டர் அம்பேத்கார் உணர்ந்து கொண்டார். எனவே தன் கருத்தை அவர் ஆணித்தரமாகக் கூறத் தொடங்கினார். 'சமரசப் பேச்சு வார்த்தையை மேற்கொள்பவர்கள் தாங்கள் ஒரு ஒப்பந் தத்தை உருவாக்குவதற்கு சிறுபான்மையினர் குழுவினால் முன் அதிகாரம் அளிக்கப்பட்டு நியமிக்கப்பட்டவர்கள் அல்ல என்ப தைப் புரிந்து கொள்ள வேண்டும். திரு. காந்தி அவர்களின் அல்லது அவர் யாருடன் பேச்சு வார்த்தையை மேற்கொள்ள விரும்புகிறாரோ அந்தக் கட்சிகளின் பிரதிநிதித்துவத்தன்மை எதுவாயிருப்பினும் அவர்கள் எங்களைக் கட்டுப்படுத்தும் நிலையில் நிச்சயம் இல்லை. நிச்சயமாக இல்லவே இல்லை. இக்கூட்டத்தில் இதனை மிகவும் ஆணித்தரமாகக் கூறிக் கொள்கிறேன்.'

மீண்டும் செப்டம்பர் 8ஆம் நாள் கூடிய சிறுபான்மைக் குழு கூட்டத்தில் இந்த இடைப்பட்ட காலம் பயனற்றுப் போய்விட்டதென்றும் தன்னுடைய முயற்சி தோல்வியடைந்து விட்டதென்றும், அதற்காகத் தான் வருந்துவதாகவும் காந்தி யடிகள் கூறினார். இந்த எட்டு நாட்களுக்குள் நடந்தவையாக டாக்டர் அம்பேத்கார் இந்தியாவிற்கு வந்தபின்னர் கூறிய செய்திகள் வரலாற்று மாணவர்களுக்கு அதிர்ச்சியையும் வருத்தத்தையும் ஏற்படுத்தக் கூடியனவாகும்.

'இந்தக் கால இடைவெளியில் காந்தியடிகள் முஸ்லீம் களோடு ஒரு உடன்பாட்டிற்கு வர முயன்றார். குறிப்பாக டாக்டர் ஆகாகானை பலமுறைச் சந்தித்தார். 'முஸ்லீம்களின் 14 கோரிக்கைகளையும் காங்கிரசு ஏற்றுக் கொள்ளும், தாழ்த்தப் பட்டவர்களின் தனித் தொகுதி கோரிக்கையினை முஸ்லீம்கள் ஏற்றுக் கொள்ளக் கூடாது என்று ஒரு ஒப்பந்தம் செய்ய முயற்சி எடுத்தார். இவையே காந்தியடிகள் மீது அம்பேத்கார் சுமத்திய கடுமையான குற்றச்சாட்டுகள் ஆகும். காங்கிரசுக்கும் முஸ்லீம் பிரதிநிதிகளுக்கும் இடையே ஏற்பட இருந்த ஒப்பந்த நகலை எட்டு ஆண்டுகள் கழித்து 1939இல் பாகிஸ்தான் மீதான *சிந்தனைகள்* Thoughts on Pakistan என்ற புத்தகத்தின் பிற்சேர்க்கையாக அம்பேத்கார் வெளியிட்டார். தேசிய இயக்கத்தவர்கள் யாரும் அதற்கு இன்றுவரை மறுப்புத் தெரிவிக்கவில்லை என்பது குறிப்பிடத்தகுந்த செய்தியாகும்.

1931 செப்டம்பரில் கூடிய இரண்டாவது வட்டமேசை மாநாட்டில் (அல்லது வட்டமேசை மாநாட்டின் இரண்டாவது

சுற்றில்) எந்த முடிவும் எடுக்கப்படவில்லை. மாநாட்டின் இறுதியில் பிரிட்டன் பிரதமர், 'பிரதமர் எடுக்கும் முடிவுகளுக்கு நாங்கள் கட்டுப்படுகிறோம்' என்ற எழுத்து உறுதி மொழியினை மாநாட்டில் கலந்து கொண்ட அனைவரிடமும் கேட்டுப் பெற்றார். தாழ்த்தப்பட்டோர் பிரதிநிதிகளான டாக்டர் அம்பேத்காரும் இரட்டைமலை சீனிவாசனும் அப்படியொரு உறுதி மொழியை எழுத்தில் கொடுக்காமலேயே இந்தியா திரும்பி விட்டனர்.

இந்த மாநாட்டில் காந்தியடிகளின் செயல்பாடு குறித்து இலண்டனிலிருந்து வெளிவந்த 'தி டைம்ஸ்' என்ற ஆங்கிலப் பத்திரிகை பின்வருமாறு எழுதியது. விவாதத்தின் போதான அவரின் (காந்தியின்) குறுக்கீடுகள் பிரதானமாகக் கொள்கைப் பரப்பாளரின் தன்மையை ஒத்திருந்தனவேயன்றி பேசுகின்ற விசயத்திற்கு உண்மையான தொடர்பின்றியிருந்தன. மாநாட்டுப் பணிக்கான உண்மையான ஆக்கப்பூர்வமான பங்கினை அவர் ஆற்றவில்லை. காந்தியடிகள் இறந்த மறுநாள் அன்றும் அப்பத்திரிகை இதே கருத்தினை வெளியிட்டது.

மாநாட்டு நிகழ்ச்சிகளில் நிறைவடையாத காந்தியடிகள் நாடு திரும்பிய ஒரு வாரத்திற்குள் (1932 ஜனவரி முதல் வாரம்) கைது செய்யப்படுகிறார். பிரிட்டன் பிரதமர் மாநாட்டு நிகழ்ச்சிகளை ஆராய்ந்து முடிவு எடுக்க லோதியன் பிரபு என்பவர் தலைமையில் குழு ஒன்றை (Lord Lothian Committee) நியமித்தார்.

தாழ்த்தப்பட்டோர் இயக்கத் தலைவர்களில் அன்று நாடறிந்த தலைவர்களாக இருந்தவர்கள் டாக்டர் அம்பேத்கார், 1893லேயே 'பறையன்' என்ற தமிழ் இதழைத் தொடங்கிய இரட்டைமலை சீனிவாசன், எம்.சி. ராஜா ஆகியோரே ஆவர். இவர்களுக்கு அடுத்த நிலையில் ராஜபோஜ், கவாய், பி. பாலு, சிவராஜ், மீனாம்பாள் சிவராஜ், சிவசண்முகம் பிள்ளை ஆகியோர் இருந்தனர். இவர்களில் வயதில் மூத்தவரான இரட்டைமலை சீனிவாசன் தென்னாப்பிரிக்காவில் காந்தியோடு பணிசெய்து இந்தியா திரும்பியவர். வந்தவுடனேயே ஜஸ்டிஸ் இயக்கத்தில் சேர்ந்தார். 1923-26இல் சென்னை சட்டசபையில் உறுப்பினராக இருந்தவர். 1892 ஆதிதிராவிட மகாஜன சபாவைத் தொடங்கிய வரும் இவர்தான்.

சிறையில் இருந்த காந்தியடிகள் 11.03.1932இல் தாழ்த்தப் பட்டோருக்கான தனித்தொகுதிக்கு தன்னுடைய எதிர்ப்பினை மீண்டும் தெரிவித்து, பிரிட்டன் பிரதமருக்குக் கடிதம் எழுதினார்.

இக்கடிதம் எழுதிச் சில நாட்களுக்குள் (29.03.1932) எம்.சி. ராஜாவுக்கும் இந்து மகாசபைத் தலைவர் டாக்டர் பி.எஸ். மூஞ்சேவுக்கும் ஒரு ஒப்பந்தம் ஏற்படுகிறது. காங்கிரசு எதிர்ப்பிலும் தாழ்த்தப்பட்டோர் நலனிலும் தீவிரமாக ஈடுபட்டு வந்த எம்.சி. ராஜா திடீரென்று தாழ்த்தப்பட்டோர் தனித்தொகுதி கோரிக்கையைக் கைவிட்டு விட்டு பொதுத் தொகுதி முறையினை ஏற்றுக் கொண்டு ஒரு ஒப்பந்தத்தைச் செய்து கொண்டார். தாழ்த்தப்பட்டோரின் மற்ற தலைவர்களுக்கு இவ்வொப்பந்தம் வியப்பிற்குரியதாக இருந்தது.

சிறிது நாட்கள் பொறுத்து இருந்து விட்டு அதே ஆண்டு ஏப்ரல் தொடக்கத்தில் டாக்டர் அம்பேத்கார் ஒரு அறிக்கை வெளியிட்டார். இந்த அறிக்கையின் தமிழாக்கம் 10.04.1932இல் குடியரசு இதழில் வெளியாகிறது. திரு. ராஜாவோடு உடன்படிக்கை செய்து கொள்வதற்கு முன்பு டாக்டர் மூஞ்சே என்னோடு முதலில் விவகாரம் ஆரம்பித்தார். புது டெல்லியில் மூன்று நாட்களாக நாங்கள் இதைப்பற்றி விவாதித்தோம். பிப்ரவரி மாதம் முதல் தேதி முதல் 3ஆம் தேதி மட்டும் எங்களுடைய தர்க்கவாதம் நடந்தது. தாழ்த்தப்பட்ட வகுப்பினர்களுக்கு ஐந்து வருடகாலத்திற்கு மட்டும் தனித்தொகுதி கொடுக்கலாமென்று டாக்டர் மூஞ்சே கூறினார். நான் அதை ஒத்துக் கொள்ளவில்லை. அதனால் எங்களுடைய விவகாரம் முறிந்தது. அந்த சமயத்தில் டாக்டருக்கு திரு. ராஜாவைப் பற்றிய ஞாபகமே இருந்ததில்லை. திரு. ராஜா தாழ்த்தப்பட்ட வகுப்பினரின் அதிகாரம் பெற்ற பிரதிநிதியென்று அவர் அந்தக் காலத்தில் நினைத்திருக்கவில்லை.

இதற்கிடையில் நடந்த இன்னொரு விசயத்தையும் நாம் நினைவில் கொள்ள வேண்டும். அகமதாபாத்தில் All India Depressed People Federation (அனைத்திந்திய தாழ்த்தப்பட்டோர் கூட்டமைப்பு) என்ற பெயரில் ஒரு மாநாட்டை காங்கிரசு இயக்கத்தினர் பண்டித மதன் மோகன் மாளவியாவின் தூண்டுதலின் பேரில் நடத்தினர். இந்த மாநாட்டின் முன்னணித் தலைவராக எம்.சி. ராஜா அறிமுகப்படுத்தப்பட்டார். இந்த மாநாட்டிற்குத் தமிழ்நாட்டிலிருந்து தாழ்த்தப்பட்டோர் தலைவர்களான என். சிவராஜ் (பின்னாளில் சென்னை மேயர்) தர்மலிங்கம் பிள்ளை ஆகியோரை அனுப்பி வைப்பதில் காங்கிரசு இயக்கத்தினர் பெருமுயற்சி எடுத்தனர். என். சிவராஜின் வகுப்புத் தோழரான ஆந்திர தலைவர் டி. பிரகாசாவைக் கொண்டு அவரை மனம் மாற்றினர். எம்.சி. ராஜாவின் நண்பரான வரதாச்சாரியார் தன்னுடைய மற்றுமொரு நண்பர் தர்மலிங்கம் பிள்ளையை மனம் மாற

வைத்தார். இந்தத் திரைமறைவுச் செய்தியை வெளிப்படுத்தும் யூஜின் இர்சிக் இதற்கு ஆதாரமாக அரசு ஆவணங்களையே முன்வைக்கிறார்.

இரண்டாம் வட்டமேசை மாநாட்டின் முடிவுகள் விரைவில் பிரிட்டன் பிரதமரால் அறிவிக்கப்படும் சூழ்நிலை உருவாகியது. 1932 ஜூலையில் (10.07.1932) பம்பாயில் காங்கிரசுக்கு ஆதரவாக தாழ்த்தப்பட்டோர் மாநாடு ஒன்று கூட்டப் பெறுகிறது. இந்த மாநாட்டில் அம்பேத்காரின் ஆதரவாளர்களுக்கும் எம்.சி. ராஜாவின் ஆதரவாளர்களுக்கும் (தனித்தொகுதி முறை வேண்டு பவர்களுக்கும், அதனைக் கைவிட்டவர்களுக்கும்) இடையே மோதல் நிகழ்கிறது. ஒருவர் சாகிறார். 50 பேர் காயப்படுகிறார்கள். முடிவு எதனையும் எடுக்காமலேயே மாநாடு குழப்பத்தில் முடிகிறது. இந்த மாநாடு தொடங்குவதற்கு முன்னரே பிரிட்டன் பிரதமரின் தீர்ப்பை விரைவுபடுத்த அம்பேத்கார் லண்டனுக்கு மீண்டும் சென்றுவிட்டார்.

1932 ஆகஸ்டு மூன்றாம் வாரத்தில் (17.08.1932) பிரிட்டன் பிரதமர் 'ராம்சே மெக்டோனால்ட்' வட்டமேசை மாநாட்டில் கொள்கையை அறிவிக்கிறார். இதன்படி பொதுத்தொகுதிகளில் வாக்களிக்கும் உரிமையோடு தாழ்த்தப்பட்டோர் தனித்தொகுதி உரிமையினையும் பெற்றனர். அதாவது பிளவுபடாத அன்றைய சென்னை மாகாணத்தில் சில தொகுதிகளில் பொது வாக்கெடுப் பில் தேர்ந்தெடுக்கும் உறுப்பினர்களோடு அத்தொகுதிகளில் தாழ்த்தப்பட்டோருக்காக தாழ்த்தப்பட்டோர் மட்டும் வாக் களித்து ஒரு தாழ்த்தப்பட்ட வகுப்பு உறுப்பினரையும் தேர்ந் தெடுப்பார்கள். அந்த இரட்டை வாக்குரிமையே தாழ்த்தப் பட்டோருக்கு அளிக்கப்பட்ட சிறப்புரிமை ஆகும்.

இந்த ஒப்பந்தத்திற்குப் பிறகு இரட்டை வாக்குரிமையின் அருமை குறித்து அம்பேத்கார் பின்வருமாறு கூறினார். 'இனப் பிரதிநிதித்துவத் தீர்வினால் அளிக்கப்பட்ட இரண்டாவது வாக்குரிமை என்பது விலைமதிப்பற்றதொரு சலுகை. ஒரு அரசியல் ஆயுதம் என்கிற முறையில் பார்க்கும் போது அதன் மதிப்பு கணிப்பிற்கு அப்பாற்பட்டது'.

இந்த வகுப்புவாரிப் பிரதிநிதித்துவத் தீர்ப்பை எதிர்பார்த்து சிறையிலிருந்து காந்தியடிகள் 11.03.1932லேயே பிரிட்டன் பிரத மருக்கு ஒரு கடிதம் எழுதியிருந்தார். 'தாழ்த்தப்பட்ட வகுப் பினருக்கு தனித் தொகுதி உருவாக்கும் முடிவினை மேன்மை தாங்கிய மன்னர் அரசு அறிவிக்குமானால் நான் சாகும்வரை

உண்ணாவிரதம் இருக்க வேண்டும் என்பதை அவ்வரசுக்கு மரியாதையுடன் தெரிவித்துக் கொள்கிறேன்'.

அதன்படியே இனப்பிரதிநிதித்துவத் தீர்ப்பு அளிக்கப்பட்ட மறுநாள் (18.08.1932) 'அத்தீர்ப்பு மாற்றியமைக்கப்பட்டாலொழிய நான் உத்தேசித்துள்ள உண்ணாவிரதம் வருகின்ற செப்டம்பர் மாதம் 20ஆம் நாள் மதிய நேரத்திலிருந்து சாதாரண முறையில் நடைமுறைக்கு வரும்' என்று கடிதம் எழுதினார் காந்தியடிகள். பிரிட்டன் பிரதமர் இதற்கு செப்டம்பர் 8ஆம் நாள் எழுதிய கடிதத்தில் (08.09.1932) இன்று பயங்கரமான குறைபாடுகளினால் துன்புற்றுக் கொண்டிருக்கும் தாழ்த்தப்பட்ட வகுப்பினர், வருங் காலத்தில் அவர் தம் நலனில் மிகுந்த செல்வாக்கை ஏற்படுத்தும் விதத்தில், சட்டமன்றங்களில் அவர்கள் செல்வாக்கை ஏற்படுத்தும் விதத்தில், சட்டமன்றங்களில் அவர்கள் சார்பில் பேசுவதற்கு, அவர்களாலேயே ஒரு வரையறுக்கப்பட்ட எண்ணிக்கையுள்ள பிரதிநிதிகளைத் தேர்ந்தெடுத்துக் கொள்ளும் வாய்ப்பினைத் தடுத்திடுவதற்காகவே இத்தகைய உண்ணா விரதத்தை நீங்கள் மேற்கொள்ளப் போகிறீர்கள்' என்று குற்றம் சாட்டினார். இதையும் மறுத்து ஒரு கடிதம் எழுதிவிட்டு காந்தியடிகள் குறித்த நாளில் (20.09.1932 செவ்வாயன்று) தன்னுடைய உண்ணாவிரதத்தைத் தொடங்கினார்.

அதைத் தொடர்ந்து நாடெங்கிலும் காங்கிரசு இயக்கத் தலைவர்கள் பரபரப்படைந்தனர். காந்தியாரை வேண்டுமென்றே சிக்கலில் மாட்டிவிடவும், பழிவாங்கும் உணர்ச்சியோடும் பிரிட்டிஷ் பிரதமர் இனவாரித் தீர்ப்பை அளித்ததாக பட்டாபி சீத்தாராமையா குறிப்பிடுகிறார். தாழ்த்தப்பட்டோருக்கு காங்கிரசு இயக்கமே பாதுகாப்பு என்கிற கருத்து நாடெங்கிலும் பரப்பப் பட்டது. தாழ்த்தப்பட்டோருக்கான தனித்தொகுதி கோரிக்கையை எதிர்த்து நாடெங்கிலும் ஊர்வலங்கள் நடத்தப்பட்டன.

தமிழ்நாட்டு தேசியக் கவிஞர்களான நாமக்கல் இராம லிங்கம் பிள்ளையும், தேசிய விநாயகம் பிள்ளையும், தாழ்த்தப் பட்டோருக்குத் தனித் தொகுதி முறை வேண்டாம் பொதுத் தொகுதியே போதுமென்று கவிதை எழுதினர். அதே நேரத்தில் காந்தியடிகளுடைய கருத்தை மறுத்தும் தமிழ்நாட்டில் பல குரல்கள் எழுந்தன. 'காந்தி கண்டன கீதம்' என்ற பெயரில் கவிதை நூல் ஒன்றும் வெளிவந்தது. அந்நூலில் 'சாற்றிடும் அரிசனப் பெயர் எதற்குதவும் அது தாழ்ந்தவரைக் கைதூக்குமா' என்று காந்தியடிகள் பயன்படுத்திய அரிசன் என்ற சொல்லுக்கு எதிர்ப்புத் தெரிவிக்கப்பட்டது. 'பாம்புக்கு வால் காட்டி மீனுக்குத்

தலை காட்டும் பார்ப்பன தாசர் காந்தி' என்றும் கவிதைகள் எழுந்தன.

இதற்கிடையில் செப்டம்பர் 20 ஆம் தேதிக்குள் காங்கிரசு தலைவர்கள் பம்பாயில் கூடினர். சர்.தேஜ் பகதூர் சாப்ரு, பண்டித மதன் மோகன் மாளவியா, எம்.ஆர். ஜெயகர் போன்ற காங்கிரசு சார்புடைய இந்து மதத் தலைவர்களும், இராஜாஜி, தேவதாசு காந்தி போன்ற காங்கிரசு தலைவர்களும் இந்து மகா சபைத் தலைவர் டாக்டர் மூஞ்சேயும் பம்பாயில் இருந்தனர். 'பொதுத் தொகுதியே போதும்' என்று மூஞ்சேயோடு ஐந்து மாதத்திற்கு முன்னரே ஒப்பந்தம் செய்து கொண்ட தமிழ்நாட்டுத் தாழ்த்தப்பட்டோர் தலைவரான எம்.சி. ராஜாவும் அவருடைய மராட்டிய நண்பர் பி. பாலுவும் பம்பாய் வந்து சேர்ந்தனர். இதற்கிடையில் பம்பாய் நகரத்தில் அம்பேத்காரின் பழைய நண்பரான அம்ரித்லால் தக்கர் (தக்கர் பாபா) அம்பேத்காரை அடிக்கடி சந்தித்து காங்கிரசு சார்பாக பேச்சு வார்த்தை நடத்திக் கொண்டிருந்தார்.

காந்தியடிகள் உண்ணாவிரதம் தொடங்கிய செப்டம்பர் 20 செவ்வாய்கிழமையன்றே, பம்பாயில் இந்துத் தலைவர்களுடைய மாநாடு பிர்லா மாளிகையில் கூடுவதாக இருந்தது. பண்டித மதன் மோகன் மாளவியா, சர். தேஜ் பகதூர் சாப்ரு, காங்கிரஸ் தலைவர் இராஜாஜி, சர். சுநிலால் மேத்தா, சர். புருஷோத்தம் தாஸ் தாகூர் தாஸ், சேட் மதுராதாஸ் வாசன்ஜி, ஜி.டி. பிர்லா, எம்.ஆர். ஜெயகர், டி. பிரகாசம், மூஞ்சே, பாபு இராசேந்திர பிரசாத் ஆகியோர் பம்பாய் நகர் வந்து சேர்ந்தனர். இந்தத் தலைவர்களை டாக்டர் அம்பேத்காரும், சோலங்கியும் சந்தித்துப் பேசினர். காந்தியடிகள் உண்ணாவிரதம் இருந்த ஆறு நாட்களில் நடந்த நிகழ்ச்சிகளை, எரவாடா சிறையில் அவருக்கு அருகிலேயே இருந்து நேரில் கண்டவரான அவரது பணியாளர் பியாரிலால், தன்னுடைய நூலில் 42 பக்கங்களில் தந்து இருக்கிறார். அவர் தரும் செய்திகளைத் தொகுத்துக் காண்பது புனா ஒப்பந்தம் ஏற்பட்ட முறையினை விளங்கிக் கொள்ள மேலும் உதவும்.

20.09.1932 செவ்வாய் முற்பகல் 11.30 மணிக்கு வெந்நீரில் சிறிது எலுமிச்சைச் சாறும் தேனும் கலந்து காந்தியடிகள் பருகினார். 12.00 மணியிலிருந்து அவரது உண்ணாவிரதம் நடைமுறைக்கு வந்தது. மறுநாள் 21ஆம் தேதி அவர் சிறைக்குள் தனிப்பிரிவுக்கு மாற்றப்பட்டார். சர்தார் வல்லபாய் பட்டேலும் காந்தியடிகளின் செயலாளர் மகாதேவ தேசாயும் அவரது

அருகில் இருந்தனர். பெண்கள் சிறையில் இருந்த சரோஜினி நாயுடு தனிப்பிரிவுக்கு கொண்டு வரப்பட்டு காந்திக்கு உதவி செய்து கொண்டு இருந்தார். மறுநாள் 22ஆம் தேதி சபர்மதி சிறையில் இருந்த கஸ்தூரிபாய் காந்தி, கணவருக்கு உதவி செய்ய எரவாடா சிறைக்குக் கொண்டு வரப்பட்டார்.

20ஆம் தேதி அன்றே இந்து மிதவாதக் கட்சித் தலைவர்களும் பம்பாய் நகரத்தில் பிர்லா மாளிகையில் அம்பேத்காருடன் பேச்சு வார்த்தையைத் தொடங்கி வைத்தனர். சர். தேஜ் பகதூர் சாப்ரு இதில் முன்னணியில் இருந்தார். இங்கிலாந்து பிரதமர் அளித்ததை விட அதிகமான தொகுதிகளை அளிக்க மேற்குறித்த தலைவர்கள் தங்கள் இசைவைத் தெரிவித்தனர். அன்று மாலை இரண்டு மணி நேரத்தில் தானொரு திட்டத்தோடு வருவதாகச் சொல்லிவிட்டு அம்பேத்கார் சோலங்கியோடு அவ்விடத்தை விட்டுச் சென்றார். பேச்சு வார்த்தையில் ஈடுபட்டிருந்த தலைவர்களுக்கு காந்தியடிகள் தங்கள் திட்டத்தை ஏற்பாரா என்ற ஐயப்பாடு ஏற்பட்டு புனா வந்து சேர்ந்தனர். அவர்களோடு காந்தியடிகளின் மகன் தேவதாஸ் காந்தியும் இருந்தார். மறுநாள் 21ஆம் தேதி காலை ஏழு மணிக்குச் சிறை அலுவலகத்தில் அவர்கள் காந்தியடிகளைச் சந்தித்தனர். அப்போது சரோஜினி நாயுடுவும் உடன் இருந்தார். பேச்சு வார்த்தை விவரங்களைக் கேட்டுக் கொண்ட காந்தியடிகள், 'நான் முதலில் டாக்டர் அம்பேத்காரையும், ராவ்பகதூர் எம்.சி. ராஜாவையும் நேரில் சந்தித்து அவர்கள் மனதைத் தெரிந்து கொள்ள விரும்புகிறேன்' என்று சொல்லி அவர்களை அனுப்பி விட்டார். அப்போதே அவருடைய உடல்நிலை சற்றுத் தளர்ந்திருந்தது. அதே நாளில் புனா நகரத்துத் தாழ்த்தப்பட்டோர் தலைவரான ராஜபோஜ் தனது நண்பருடன் வந்து காந்தியடிகளைச் சந்தித்து, அவருக்குத் தன் ஆதரவினைத் தெரிவித்துக் கொண்டார். அன்றே பண்டித மதன் மோகன் மாளவியாவும், எம்.சி. ராஜாவும் புனாவுக்கு வரவழைக்கப்பட்டனர்.

மறுநாள் சாப்ருவின் வேண்டுகோளின்படி அம்பேத்கார் பம்பாயிலிருந்து புனா நகரம் வந்து சேர்ந்தார். இதற்கிடையில் காந்தியடிகள் புனாவில் தங்கி இருந்த இராஜாஜியையும், இராசேந்திர பிரசாத்தையும் தன்னைச் சிறையில் வந்து சந்திக்குமாறு அழைத்தார். 'நீங்கள் நேற்று தந்த திட்டத்திலே ஒரு பெரிய குறைபாடு உள்ளது. இதனால் தாழ்த்தப்பட்டோர் மத்தியில் கூட்டுத்தொகுதியில் இருந்து தேர்ந்தெடுக்கப்பட்டவர் தனித்தொகுதியில் இருந்து தேர்ந்தெடுக்கப்பட்டவர் என்ற பிரிவு உண்டாகும். அதனால் உயர்வு மனப்பான்மையும், தாழ்வு

மனப்பான்மையும் அவர்களிடத்தில் உண்டாகும். எனவே இதற்கு நான் சம்மதிக்க முடியாது' என்று காந்தியடிகள் அவர்களிடம் கூறி அனுப்பினார்.

புனா நகரத்துக்கு வந்திருந்த அம்பேத்காரோடு வெளியில் இருந்த தலைவர்களில் சாப்ருவும். எம்.ஆர். ஜெயகரும் மறுபடியும் பேச்சு வார்த்தை தொடங்கினர். பேச்சு வார்த்தையில் முன்னேற்றம் ஏற்படவில்லை. ஜெயகரின் குரலில் தொனித்த ஏமாற்றத்தைக் கண்ட அங்கிருந்த காங்கிரசுத் தலைவர்கள் அம்பேத்காரை ஏசத் தொடங்கினர். ஜெயகரும், சாப்ருவும் மீண்டும் காந்தியடிகளைச் சிறையில் சந்தித்தனர். காந்தியடிகளை அம்பேத்கார் சிறையில் நேரில் சந்தித்தால் அவருடைய பிடிவாதம் தளர்ந்து போகும் என்று நம்பி, அதற்குரிய ஏற்பாடுகளைச் செய்யத் தொடங்கினர். இதற்கிடையில் ராவ் பகதூர் எம்.சி. ராஜாவும் அவரது நண்பர் பி. பாலுவும் காந்தியடிகளைச் சிறையில் சந்தித்தனர். எம்.சி. ராஜா இந்து மகாசபைத் தலைவர் டாக்டர் மூஞ்சேயோடு கூட்டுத்தொகுதி முறை போதுமென்று ஓர் ஒப்பந்தம் செய்து இருந்தார். இப்பொழுது ஒப்பந்தம் ஏற்பட தங்களால் ஆன எல்லா முயற்சிகளும் செய்வதாகக் காந்தியடி களிடம் உறுதியளித்தனர்.

அன்று (22.09.1932) பிற்பகல் சிறையில் இருந்து காந்தியடி களைச் சந்திக்க டாக்டர் அம்பேத்கார் தன் நண்பர்களுடன் வந்து சேர்ந்தார். 'மகாத்மாவே, எங்களிடம் நீங்கள் நியாயமில் லாமல் நடந்து கொள்கிறீர்கள்' (Mahatmaji, you have been very unfair to us) என்று அம்பேத்காரே பேச்சைத் தொடங்கினார். பேச்சு வார்த்தையின் போது ஒரு விசயத்தை மட்டும் அவர் திரும்பத் திரும்பக் கூறினார். எல்லோருக்கும் அந்த வாக்கியம் மீண்டும் மீண்டும் கேட்டது. 'எனக்கு (எங்களுக்கு) உரிய நட்டஈடு வேண்டும்' (I want my compensation) என்பதுதான் அது.

காந்தியடிகள் முதல் நிலைத் தேர்வுக்குழு (Panel) திட்டத்தைத் தான் ஏற்றுக் கொண்டால் அது தாழ்த்தப்பட்டவர்களைப் பிளவுபடுத்தும் என்று அவரிடம் தன் கருத்தை விளக்கினார். அம்பேத்காரும் அவருடைய நண்பர்களும் காந்தியடிகளின் அன்புப்பிடியில் இறுகிப் போயிருந்தனர். அம்பேத்கார் மனத்தில் திருப்புமுனை ஏற்பட்டது. 'மகாத்மாவே கூட்டுத் தொகுதி முறையை ஏற்றுக் கொண்டு நான் உங்களுக்குச் சலுகை அளித்து விட்டேன்' என்று அம்பேத்கார் கூறினார். மற்ற விசயங்களைப் பற்றி வெளியில் உள்ளவர்களிடம் பேச்சு வார்த்தை நடத்துமாறு காந்தியடிகள் கூறினார்.

இதற்கிடையில் பம்பாயில் கூடிய இந்துமகாசபைக் கூட்டத்தில், வகுப்புவாரித் தீர்ப்பினை நிறுத்தி வைக்குமாறு கடிதங்களும் தந்திகளும் பிரிட்டிஷ் பிரதமருக்கு அனுப்புமாறு சுநிலால் மேத்தா பொதுமக்களுக்கு வேண்டுகோள் விடுத்தார். மொத்தத்தில் பம்பாயில் நிலைமை மோசமடைந்து கொண்டு வந்தது.

மறுநாள் வெள்ளிக்கிழமை நம்பிக்கைக் கதிர்கள் தோன்ற ஆரம்பித்தன. டாக்டர் அம்பேத்காரோடு அவரது தென்னிந்திய, வங்காள நண்பர்களும் வந்து சேர்ந்திருந்தனர். பிரிட்டிஷ் அரசாங்கம் அளித்த 71 இடங்களுக்குப் பதிலாக அம்பேத்கார் 197 இடங்களைக் கேட்டார். இடங்களின் எண்ணிக்கையை பாஹ்லேயுடனும் தக்கர் பாபாவுடனும் பேசி முடிவு செய்து கொள்வது என்று முடிவாயிற்று. மத்திய அசெம்பிளியில் தாழ்த்தப்பட்டோருக்கு 18% இட ஒதுக்கீடு பெற்றுக் கொள்ளப் பட்டது. பிற்பகல் மணி 4 ஆகிவிட்டது. ஆனால் பேச்சு வார்த்தை சிறிதளவே முன்னேற்றம் கண்டு இருந்தது. டாக்டர் அம்பேத்காரும் அவருடைய நண்பர்களும் ஒவ்வொரு கட்டத் திலும் நின்று போராடினார்கள். (The redoubtable Doctor, supported by his colleagues fought every inch of ground). இதற்கிடையில் காந்தியடிகளின் உடல்நிலை மோசமாகிக் கொண்டு வந்தது. சலுகைக்குரிய காலம் முடிந்ததும் அது குறித்து மீண்டும் பொது வாக்கெடுப்பு (Referandum) நடத்த வேண்டும் என்ற அம்பேத்காரின் கோரிக்கையைச் சாப்ரு திட்டவட்டமாக மறுத்தார்.

இதற்கிடையில் அவசர அவசரமாகச் சிறைக்குச் சென்று தந்தையைச் சந்தித்து வந்த தேவதாஸ் காந்தி, பொதுவாக்கெடுப்பு விசயத்தில் விட்டுக் கொடுக்குமாறு தனிப்பட்ட முறையில் அம்பேத்காரிடம் கேட்டுக் கொண்டார். அன்று மாலை 4 மணிக்கு சிறையில் தலைவர்கள் காந்தியடிகளைச் சந்திப்பதற்கு ஏற்பாடு செய்யப்பட்டிருந்தது. ஆனால் நேரமோ இரவு ஒன்பதை நெருங்கிக் கொண்டிருந்தது. டாக்டர் அம்பேத்கார் சிறையில் இருந்த காந்தியடிகள் தன்னுடைய பொது வாக்கெடுப்புக் கோரிக்கையை ஏற்றுக் கொள்வார் என்ற உறுதியான நம்பிக்கை யோடு சந்திக்க வந்தார். காந்தியடிகளும் அதை ஏற்றுக்கொண்டார்.

மறுநாள் (24.09.1932) சனிக்கிழமை பேச்சு வார்த்தை மீண்டும் தொடர்ந்தது. ஒதுக்கப்படும் இடங்களில் எண்ணிக்கை 147 என்று முடிவு செய்யப்பட்டது. எத்தனை ஆண்டுகாலம் கழித்து மீண்டும் பொது வாக்கெடுப்பு நடத்துவது என்று முடிவு செய்ய அன்று நண்பகல் மீண்டும் காந்தியடிகளைச் சந்திக்க

அம்பேத்கார் சிறைக்கு வந்தார். அவரோடு டாக்டர் சோலாங்கியும் இராஜாஜியும் வந்தனர். குறைந்தது 10 ஆண்டுகள் என்ற தன் கருத்தைக் காந்தியடிகள் ஒத்துக்கொள்வார் என்று அம்பேத்கார் எண்ணினார். காந்தியடிகள் 5 ஆண்டுகள் என்ற தன்னுடைய கருத்தில் உறுதியாக நின்றார். உறுதியான குரலில் அவர் அம்பேத் காரிடம் கூறினார். எது வேண்டும்? 5 ஆண்டுகள் அல்லது என்னுடைய உயிர். அம்பேத்கார் 5 ஆண்டுகள் என்கிற கால அளவிற்கு இணங்கினார். அன்று பிற்பகல் 3 மணிக்கு இராஜாஜி ஒப்பந்த நகலை காந்தியடிகளிடம் கொண்டு வந்து காட்டினார். உடனடியாக தேஜ்பகதூர் சாப்ரு, டாக்டர் அம்பேத்கார், எம்.சி. ராஜா. மதன் மோகன் மாளவியா ஆகியோர் ஒப்பந்தம் ஏற்பட்ட செய்தியைப் பிரிட்டிஷ் பிரதமருக்குத் தந்தி மூலம் அனுப்பினார்.

பிரிட்டிஷ் அரசாங்கம் அந்த ஒப்பந்தத்தை ஏற்றுக் கொண்ட தகவலை (26.09.1932) திங்கள் பிற்பகல் 4.15 மணிக்கு சிறைத்துறைத் தலைவர் கர்னல் டயல் (Dyole) காந்தியடிகளிடம் தெரிவித்தார். அதற்குரிய ஆவணத்தையும் கொடுத்தார். மாலை 5.15 மணிக்குக் காந்தியடிகள் தன் மனைவி கொடுத்த ஆரஞ்சுப் பழச்சாற்றைப் பருகி உண்ணாவிரதத்தை முடித்தார். அப்போது சர்தார் வல்லபாய் படேல், மகாதேவ தேசாய், சரோஜினி நாயுடு, கவிஞர் தாகூர், அம்பாலா சாராபாய் அவரது குடும்பத்தினர், நேருவின் தாயார் சொரூபராணி நேரு ஆகியோர் அங்கிருந்தனர்.

மேற்குறித்த செய்திகள் அனைத்தும் நிகழ்ச்சிகளை நேரில் கண்டவரான பியாரிலால் எழுதிய நூலில் 42 பக்கங்களில் (பக் 40–81) வருணிக்கப்பட்டுள்ளன.

இந்த ஒப்பந்தம் ஏற்பட்ட சூழ்நிலையைக் குறித்து சில ஆண்டுகள் கழித்து டாக்டர் அம்பேத்கார் பின்வருமாறு எழுது கிறார். 'இயற்கையாக அந்த நேரத்தில் நாயகனாக (Man of the moment) அல்லது கதையின் வில்லனாகக் (Villain of the piece) கருதி அனைத்துக் கண்களும் என் பக்கம் திரும்பின. இரு மாறுபட்ட முடிவுகளிடையே ஒன்றினை நான் தேர்வு செய்ய வேண்டி யிருந்தது. காந்தியடிகளை நிச்சயம் சாவிலிருந்து காப்பாற்றுவதற்கு பொது மனிதத்தன்மையின் ஒரு பகுதியாக இயங்கி வந்த அந்தக் கடமை என் முன்னாலிருந்தது. தீண்டத்தகாதவர் எனக் கருதப் படுகிறவர்களுக்கு பிரதமர் அளித்திருந்த அரசியல் உரிமைகளைக் காக்கும் பிரச்சினையும் என் முன்னாலிருந்தது. மனிதத்தன்மையின் அழைப்புக்குக் குரல் கொடுத்து திரு. காந்தியடிகளுக்கு திருப்தி யான வகையில் இனப்பிரதிநிதித்துவத் தீர்ப்பினைத் திருத்தி யமைக்க ஒப்புக் கொண்டு திரு. காந்தியின் உயிரைக் காப்பாற்றி னேன்' என்கிறார் அம்பேத்கார்.

செப்டம்பர் 24ஆம் தேதி மாலை ஒப்பந்தம் கையெழுத் திடப்பட்டது. பொதுத் தொகுதியில் தனித்தொகுதி முறையைக் கைவிடுவது என்பதும், இனவாரித் தீர்ப்பின்படி கிடைத்த 68 இடங்களுக்குப் பதிலாக 148 இடங்களைத் தாழ்த்தப்பட்டோருக் காக ஒதுக்குவது என்பதும் ஒப்பந்தத்தின் சாரம் ஆகும். இதன் மூலம் தாழ்த்தப்பட்டோர் தங்களுக்கு இனவாரித் தீர்ப்பின் மூலம் கிடைத்த இரட்டை வாக்குரிமையை இழந்து விடுகின்றனர். ஒப்பந்தத்தில் கையெழுத்திட்டோர்களில் அம்பேத்கார், எம்.சி. ராஜா, சாப்ரு, மாளவியா ஆகியோர் பெயரால் உடனடியாக இங்கிலாந்துக்கும் டெல்லிக்கும் தந்திகள் அனுப்பப்படுகின்றன. ஒப்பந்தம் கையெழுத்தான மறுநாள், செப்டம்பர் 25ஆம் தேதி பம்பாய் வணிகர் சங்கக் கட்டிடத்தில், கையெழுத்திட்ட தலைவர்கள் அனைவரும் கலந்துகொண்ட ஒரு பொதுக்கூட்டம் நடைபெற்றது. அன்றும் சிலர் பம்பாய் நகரில் ஒப்பந்தத்தில் கையெழுத்திட்டனர். உண்ணாவிரதத்தை முடித்தவுடன் காந்தியடிகள் தாழ்த்தப்பட்டோர் தலைவர்களுக்கு நன்றி தெரிவித்து ஒரு அறிக்கை வெளியிட்டார். இந்த அறிக்கையில் அம்பேத்கார், இரட்டைமலை சீனிவாசன் ஆகியோருக்கும் எம்.சி. ராஜா குழுவினருக்கும் தனித்தனியே நன்றி தெரிவித்திருந்தார். ஒப்பந்தம் முடித்த ஐந்து மாத காலத்துக்குள் காந்தியடிகள் ஹரிஜன் என்ற பத்திரிகையை ஆரம்பித்தார். இந்தப் பத்திரிகையின் முதல் இதழுக்கு அனுப்பிய செய்தியில் தாழ்த்தப்பட்டோர் ஆலய நுழைவு பெரிய அளவிற்குப் பிரச்சனைகள் எதையும் தீர்த்து விடாது என்று அம்பேத்கார் குறிப்பிட்டு இருந்தார்.

1935லேயே புனா ஒப்பந்தம் தோல்வியடைந்தது என்று டாக்டர் அம்பேத்கார் குறிப்பிட்டார். அதே ஆண்டில் காங்கிரசு இயக்கத்தின் வரலாற்றை எழுதிய பட்டாபி சீத்தாராமைய்யர் 'இனவாரித் தீர்ப்பின் ஒரு பகுதி புனா ஒப்பந்தத்தால் அழித்து எழுதப்பட்டது. இன்னுமொரு பகுதி அழித்து எழுதுவதற்காக எஞ்சி நிற்கிறது என்று வன்மம் நிறைந்த குரலில் எழுதியிருக்கிறார்.

1937 தேர்தலில் தாழ்த்தப்பட்டோருக்காக ஒதுக்கப்பட்ட 151 இடங்களில் 78 இடங்களைக் காங்கிரசு கைப்பற்றியது. ஒதுக் கப்பட்டுள்ள இடங்களுக்கு காங்கிரஸ் திட்டங்களை ஏற்றுக் கொள்வதாக உறுதி கொடுத்த தீண்டத்தகாதவர் எனக் கருதப் படும் வேட்பாளர்களை காங்கிரஸ் இசைவுச் சீட்டில் (டிக்கெட்) போட்டியிட வைத்து வெற்றிக் கொள்வதில், ஒரு முழுமையான வலிமை வாய்ந்த சொல்லப் போனால், ஒரு பழியார்வம் மிக்க பங்கினையாற்ற காங்கிரஸ் தயங்கவில்லை. தனது நிதி வளத்தைக் கொண்டு காங்கிரஸ் தனித்த இலாபமடைந்தது.

இவ்வாறாக காங்கிரஸ் தனது அரசியல் வியாபாரத்தில் பெரும்பகுதி இலாபத்தைப் பெற்றது. அதிகபட்சமாக தமிழ் நாட்டின் 30 இடங்களில் 26 இடங்களையும் குறைந்தபட்சமாக பம்பாயில் 15 இடங்களில் 4 இடங்களையும் காங்கிரஸ் கைப்பற்றியது.

புனா ஒப்பந்தத்தை உருவாக்குவதில் காங்கிரசும் இந்து மகா சபையும், தமக்குச் சாதகமாகப் பயன்படுத்திக் கொண்ட தாழ்த்தப்பட்ட மக்கள் தலைவர்களில் முக்கியமானவர் எம்.சி. ராஜா. இவர் தமிழ்நாட்டுக்காரர் என்பதால் முதலில் இவரைப் பற்றித் தெரிந்து கொள்ள வேண்டும். தமிழ்நாட்டுத் தாழ்த் தப்பட்டோர் தலைவர்களில் ஒருவர். தொழிற்சங்கத் தலைவரும் ஆவார். 1921–1924 சென்னை சட்டசபை உறுப்பினராகவும் 1924–26 மத்திய சட்டசபையில் ஒரே ஒரு தாழ்த்தப்பட்ட உறுப்பினராகவும் இருந்த எம்.சி. ராஜா பொது வாழ்க்கையிலும் அரசியல் அனுபவத்திலும் அம்பேத்காருக்கு முந்தியவராவார். மயிலாப்பூர்க்காரரான இவர் திரு.வி.க.வின் நண்பர். அவரோடு வெஸ்ட்லியன் மிசன் கல்லூரியில் பணிபுரிந்தவர். பின்னர் 1921–22 இல் பக்கிங்காம் ஆலையில் ஏற்பட்ட வேலை நிறுத்தத்தில் தாழ்த்தப்பட்ட தொழிலாளர்களை ஒன்றுபடுத்திச் சங்கம் வளர்த்தவர். ‘நீங்கள் எங்கள் இனத்தாரைக் கொண்டு புரட்சி செய்வித்தால் அதன் பயனை மேல் சாதியாரே அனுபவிப்பர்’ என்று தன்னிடம் எம்.சி. ராஜா சண்டையிட்டதாகத் திரு.வி.க தனது வாழ்க்கைக் குறிப்பில் எழுதுகிறார். 1926இல் மத்திய சட்டசபையில் இந்து மகாசபைத் தலைவர் டாக்டர் மூஞ்சேயைக் கடுமையாகத் தாக்கிப் பேசியவர். தனித்தொகுதி கோரிக்கையை முழுமையாக ஆதரித்தவர். இவர் அம்பேத்காருக்கு எதிராகத் திடீரென்று போட்டிச் சங்கத்தை ஆரம்பித்ததும், இனவாரித் தீர்ப்பிற்கு முன்னாலேயே அகமதாபாத்தில் போட்டி மாநாடு ஒன்றை காங்கிரசு ஆதரவோடு கூட்டியதும், புனா ஒப்பந்தத்திற்கு ஐந்து மாத காலத்திற்கு முன்னரே தனித்தொகுதி கோரிக்கையை விட்டுக் கொடுத்து இந்து மகாசபைத் தலைவர் டாக்டர் மூஞ்சேயோடு ஒப்பந்தம் செய்து கொண்டதும், பின்னர் ஒப்பந்தத் திற்குச் சற்று முன்னர் பம்பாயில் தாழ்த்தப்பட்டோர் மாநாடு கூட்டி ஆதரவு திரட்ட முயன்றதும் வரலாற்று நிகழ்ச்சிகளாகும். இவற்றிற்கான காரணத்தை மிக எளிதாகக் கண்டு உணர முடிகிறது. ‘வட்ட மேசை மாநாட்டுக்குத் தான் அழைக்கப்படாமல் புறக்கணிக்கப்பட்டதாகக் கருதி சாதி இந்துக்களிடம் எம்.சி. ராஜா அன்பு காட்டிக் கொண்டிருக்கிறார்’ என்று 1937இல் குறிப்பிடுகிறார் அம்பேத்கார். இதை இன்னமும் விரிவாக

ஜெய்சன் ஜேக்கப் எழுதுகிறார். 'மத்திய சட்டமன்றத்தில் தாழ்த்தப்பட்ட வகுப்பினரின் ஒரே உறுப்பினராக விளங்கியவர் எம்.சி. ராஜா. வட்டமேசை மாநாட்டிற்கு தாழ்த்தப்பட்ட வகுப்பினரைப் பிரதிநிதித்துவம் செய்வதற்காக டாக்டர் பி.ஆர். அம்பேத்கார் மற்றும் தாத்தா இரட்டைமலை சீனிவாசன் ஆகிய இருவரும் தேர்வு செய்யப்பட்ட பிறகும், 'நான் தேர்வு செய்யப்பட வில்லையே' என்று பொறாமை கொள்ளாது ஆதரவு அளித்து வந்தவரின் மனத்தில், சாதி இந்து 'சாத்தான்கள்' புகுந்து கொண்டு அவரைத் தங்கள் பக்கம் இழுத்துக் கொண்டு டாக்டர் அம்பேத்கார் அவர்களுக்கு எதிராகவே முடுக்கி விட்டு வெற்றியும் கண்டனர்.

புனா ஒப்பந்தத்தில் கையெழுத்திட்டவர்கள் ஒவ்வொரு வரையும் இயன்றவரை தனித்தனியாக அறிந்து கொள்வது நல்லது. புனா நகரத்தில் இராமகிருஷ்ண பண்டார்கர் சாலையில் முதலாம் எண்ணுடைய இல்லத்தில் ஒப்பந்தத்தில் செப்டம்பர் 24இல் 23 பேர் கையெழுத்திட்டனர். கையெழுத்திட்டவர்கள் மறுநாள் பம்பாயில் ஒரு பெரிய கூட்டத்திற்கு ஏற்பாடு செய்திருந் தனர். அன்று (செப்டம்பர் 25) இந்து மகா சபையின் ஆதரவாளர் களான மேலும் 18 பேர் அதில் கையெழுத்திட்டனர்.

புனா நகரத்தில் ஒப்பந்தம் கையெழுத்து ஆனாலும் ஒப்பந் தத்தை உருவாக்கியவர்களில் காந்தியடிகளும் சர்தார் வல்லபாய் படேலும் காந்தியடிகளின் செயலாளர் மகாதேவ தேசாயும் சிறையில் இருந்த காரணத்தினால் அதில் கையெழுத்திடவில்லை. ஆனால் உண்மையில் இது காந்தியடிகளுக்கும் அம்பேத்காருக்கும் இடையில் ஏற்பட்ட ஒப்பந்தம்தான்.

காந்தியடிகளினுடைய உண்ணாவிரதத்தை முன்னிறுத்தி அம்பேத்காரை இந்த ஒப்பந்தத்திற்கு இணங்க வைத்தவர்கள் இந்து மகாசபைத் தலைவரான மதன் மோகன் மாளவியாவும் சுயராஜ்ஜியக் கட்சி என்ற மிதவாதக் கட்சியின் தலைவர்களாக இருந்த சர். தேஜ் பகதூர் சாப்ருவும், எம்.ஆர். ஜெயகரும் ஆகிய மூவர்தான். இடையிடையே இந்த முயற்சியில் அவர்களுக்கு இராஜாஜியும் உதவுகிறார்.

மதன் மோகன் மாளவியா, (1861–1946) அலகாபாத்தில் சிறீகவுட பிராமணர் குடும்பத்தில் பிறந்தவர். அதிலும் பழமைவாத 'சதுர்வேதி' என்னும் பிரிவைச் சேர்ந்தவர். இவரது தந்தை ரேவார், தர்பங்கா, காசி, மகாராஜாக்களால் அவரது வேத சாத்திரப் புலமைக்காக ஆதரிக்கப்பட்டவர். 1906இல் இந்து மகாசபையைத் தொடங்கியவர்களில் மாளவியாவும் ஒருவர்.

இவரே காசி இந்து பல்கலைக்கழகத்தை நிறுவுவதற்குப் பெரு முயற்சி எடுத்தவர். 1931 முதலாம் வட்டமேசை மாநாட்டுக்கு ஆங்கிலேயர்களால் அழைக்கப்பட்டவர். வருணாசிரம தர்மத்தில் அழுத்தமான நம்பிக்கை கொண்டவர். கிறித்தவர்களாயும் முஸ்லீம்களாயும் மாறியவர்களை கங்கையில் முழுக்காட்டி (சுத்தி செய்து) ஸ்ரீராம் ஜெய்ராம் என்று கோசமிடச் செய்து மீண்டும் இந்து மதத்தில் சேர்த்தவர். 'மாளவியாஜி கவுட பிராமணர்களைத் தவிர வேறு யார் கையாலும் உணவு கொள்ளமாட்டார். நீரருந்த மாட்டார்' என்று இவரைப் பற்றி சமகாலத்தவரான ராஜகுமாரி அமிருத கௌர் குறிப்பிடுகிறார்.

சர். தேஜ்பகதூர் சாப்ரு (1875–1949) வழக்கறிஞர் ஆன இவர் அலிகார் நகரில் காஷ்மீரி பிராமணக் குடும்பத்தில் பிறந்தவர். பண்டித மோதிலால் நேருவும் சித்தரஞ்சன் தாசும் இவரது நெருங்கிய நண்பர்கள். அவர்களோடு சேர்ந்து காங்கிரஸ் மிதவாதக் கட்சியைத் தோற்றுவித்தவர். வைசிராயின் நிர்வாகக் குழுவில் உறுப்பினராக இருந்தவர். பின்னாளில் இலண்டனில் உயர்நீதிமன்றத்தில் (Privy Council) பணியாற்றியவர்.

ஒப்பந்தம் தொடர்பாகப் பம்பாயில் நடந்த பேச்சு வார்த்தைகளில் முக்கியப் பங்கு எடுத்துக் கொண்டவர்களில் ஒருவர் டாக்டர் பி.எஸ். மூஞ்சே எனப்படும் பாலகிருஷ்ண சிவராம மூஞ்சே ஆவார். (1872–1948) இவர் சுக்ல யஜூர் வேதப் பிராமணர்களில் 'தேசஸ்த' என்னும் பிரிவினைச் சேர்ந்தவர். இவர்தான் அப்போதைய இந்து மகாசபையின் தலைவர். ஆறடிக்கு மேலான உருவம். பயில்வான் போன்ற தோற்றமும், இராணுவ ஈடுபாடும் கொண்டிருந்ததால் இந்து மகாசபையினரால் ஃபீல்டு மார்ஷல் என்று அழைக்கப்பட்டவர். 'இந்து இராணுவக் கல்விச்சங்கம்' ஒன்றை நிறுவி அதன் சார்பாக 'பௌசலர்' இராணுவப் பள்ளியை நடத்தியவர். முதலாம் வட்டமேசை மாநாட்டில் கலந்து கொண்டு இராணுவத்தை இந்திய மயமாக்க வேண்டும் என்று கோரிக்கை விடுவித்தவர். புனா ஒப்பந்தத்திற்கு முன்னதாக அம்பேத்காருக்கு எதிராக இருந்த எம்.சி. ராஜா, பி. பாலு ஆகியோரின் குழுவினரை தனித்தொகுதி வேண்டாம் என்ற கோரிக்கைக்கு இணங்க வைத்து ஒப்பந்தம் போட்டவர். பேச்சு வார்த்தைகளில் கலந்து கொண்ட இவர் புனா ஒப்பந்தத்தில் கையெழுத்து இடவில்லை. அதன் காரணமும் தெரியவில்லை.

ஒப்பந்தத்தில் கையெழுத்திட்ட மற்றொருவர் பி.எஸ். காமத் எனப்பட்ட பாலகிருஷ்ண சீதாராம காமத் என்பவராவார். (1871–1945) இந்து சரஸ்வத் பிராமணர் பிரிவைச் சேர்ந்தவர்.

இந்து மிதவாதத் தலைவர்களில் ஒருவர். மராட்டியத்தில் இரத்தினகிரி மாவட்டத்தைச் சேர்ந்த இவர் புனாவில் குடியிருந்து வந்தார். தமிழ்நாட்டு வைணவ வடகலை ஐயங்காரான இராஜாஜி (திருமலை நல்லான் சக்கரவர்த்தி இராஜகோபாலாச்சாரியார்) ஒப்பந்தத்தில் கையெழுத்திட்டவர்களில் மற்றொருவர் ஆவார். பிராமண வகுப்பைச் சேர்ந்த கோவிந்த மாளவியா என்பவரும் கையெழுத்திட்டு இருக்கிறார். கையெழுத்திட்டவர்களில் மற்றொருவரான ஆர்.கே. பாஹ்லே என்பவரும் உயர் சாதிப் பிராமணரே. இவர் பம்பாயில் தொழிற்சங்கத் தலைவராக இருந்தவர்.

பின்னாளில் இந்தியாவின் முதல் குடியரசுத் தலைவராய் இருந்த இராசேந்திர பிரசாத், ஒப்பந்தத்தில் கையெழுத் திட்டவர்களில் மற்றொருவர். இவர் பீகாரில் பிராமணரை அடுத்த உயர்சாதியான காயஸ்த வகுப்பில் பிறந்தவர். ஒப்பந்தத் தில் கையெழுத்திட்ட ஏ.வி. தாக்கர் பின்னாளில் 'தக்கர்பாபா' என்று அழைக்கப்பட்டவர். இவர் கோகரி என்ற வணிக சாதியைச் சேர்ந்தவர்.

உண்மையில் புனா ஒப்பந்தம் காந்தியடிகளுக்கும் அம்பேத் காருக்கும் ஏற்பட்டதுதான். ஆயினும் காந்தியடிகள் இந்த ஒப்பந்தத்தில் கையெழுத்திடவில்லை. அவர் மகன் தேவதாஸ் காந்தி கையெழுத்திட்டு இருக்கிறார். பிராமணரல்லாதாரில் உயர் சாதியான குஜராத்திய பனியா என்னும் வணிக சாதியில் பிறந்தவர். ஒப்பந்தத்தில் கையெழுத்திட்ட போது இவர் திருமணம் ஆகாத இளைஞர். ஒப்பந்தம் முடிந்த ஓர் ஆண்டுக்குள் இவருக்கும் ஒப்பந்தத்தில் கையெழுத்திட்ட தலைவர்களில் ஒருவரான இராஜாஜியின் மகளான லெட்சுமிக்கும் திருமணம் நடக்கிறது. இந்தியாவின் கோடீஸ்வரர்களில் ஒருவரான ஜி.டி. பிர்லா இந்த ஒப்பந்தத்தில் கையெழுத்திட்டு இருக்கிறார். அதே குடும்பத்தைச் சேர்ந்த ஆர்.டி. பிர்லா (இராமேஸ்வரதாஸ் பிர்லா) என்பவரும் கையெழுத்திட்டிருக்கிறார்.

உயர்சாதி வணிகர்களான சங்கர்லால் பேங்கர் என்பவரும், சி.வி. மேத்தா என்ற பார்சிக்காரரும் கையெழுத்திட்ட இன்னும் இருவர். மற்றும் ஒருவரான பி.சி. சோலங்கி பிராமண வகுப்பைச் சேர்ந்தவர். பிஸ்வாஸ் (விஸ்வாஸ்) என்ற வங்காளியும் ஒப்பந்தத்தில் கையெழுத்திட்டு உள்ளார். இவரும் மேல்சாதியினர் என்று தெரிகிறது. ஒப்பந்தத்தில் கையெழுத்திட்ட ஜி.கே. தியோதர் (தேவதர்) என்பவரும் மேல்சாதிக்காரரே.

ஆக மொத்தத்தில் 24.09.1932 பம்பாயில் மேலும் பதினெட்டு பேர் இந்துக்கள் மாநாட்டின் இறுதி அமர்வில் இந்த ஒப்பந்தத் தில் கையெழுத்து இடுகின்றனர். இவர்களில் தமிழ்நாட்டுக் காரரான பத்திரிகையாளர் கே. நடராஜன், அவர் மனைவியான காமகோடி நடராஜன். பண்டித ஹிருதயநாத் குன்ஸ்ரு, கே.ஜி. லிமாயே, டி. கோதண்டராவ், ஜி.கே. காட்கில், அவந்திபாய் கோகலே, கே. ஜெ. சித்தாலியா ராதா காந்த் மாளவியா, ஏ.ஆர். பட் ஆகியோர் பிராமணர்களாவர்.

இவர்களில் மூவர் பெண்கள். ஹன்ஸா மேத்தா என்ற மற்றொரு பெண்மணி பரோடாவைச் சேர்ந்த திவான் மனுபாய் மேத்தாவின் மகள். புகழ்பெற்ற டாக்டர் ஜீவராஜ் மேத்தாவின் மனைவி. இலண்டனில் படித்தவர். புருஷோத்தம் தாஸ் தாகூர் தாஸ்(1879-1961) குஜராத்திய பனியா வகுப்பைச் சேர்ந்த ஜவுளி வியாபாரி. ஆங்கிலேயரிடம் 'பெருவீரர்' (Knight) பட்டம் பெற்ற வர். மதுராதாஸ் வசந்த்ஜி-லால்சந்த் ஹிராசந்த் இருவரும் பார்சி பெருவணிகர்கள். ஹிராசந்த் கப்பல் வணிகம் செய்தவர். ஏனையோர் லல்லுபாய் சாமன்தாஸ், மனோசுபேதார், சோலம், பிரதான் ஆகியோர் ஆவர். இவர்களில் யாரும் தாழ்த்தப்பட்ட வகுப்பினராகத் தெரியவில்லை.

ஒப்பந்தத்தில் கையெழுத்திட்ட தாழ்த்தப்பட்ட மக்களின் பிரதிநிதிகளில் அம்பேத்கார், திவான்பகதூர் இரட்டைமலை சீனிவாசன் ஆகியோர் ஓர் அணியினராவர். எம்.சி. ராஜா. பி.பாலு, கவாய், ராஜபோஜ் ஆகியோர் மற்றொரு அணியினராக நின்றிருக்கின்றனர்.

அம்பேத்காரும், இரட்டைமலை சீனிவாசனும் இரண்டாம் வட்டமேசை மாநாட்டில் கலந்து கொண்டு தாழ்த்தப்பட்டவர் களுக்குத் தனித்தொகுதி முறை வேண்டும் என்று போராடிய வர்கள். அதில் வெற்றியும் பெற்றவர்கள். இந்த வெற்றியை எதிர்த்தே காந்தியடிகள் எரவாடா சிறையில் உண்ணாவிரதம் இருந்தார்.

தமிழ்நாட்டைச் சேர்ந்த எம்.சி. ராஜா இரண்டாவது வட்ட மேசை மாநாட்டில் கலந்து கொள்ளும் வாய்ப்பும் கௌரவமும் தன்னிடமிருந்து இரட்டைமலை சீனிவாசனால் பறிக்கப்பட்டது என்று கருதினார். எனவே அம்பேத்கார் மீதும் இரட்டைமலை சீனிவாசன் மீதும் அவர் கோபம் கொண்டு இருந்தார். இந்த ஒப்பந்தத்தை நிறைவேற்றுவதில் கர்நாடகத்தைச் சேர்ந்த கவாய்,

குஜராத்தைச் சேர்ந்த ஜாதவ் ஆகியோரும் அவருக்குத் துணை நின்றனர். இவர்களும் தாழ்த்தப்பட்ட மக்கள் தலைவர்களே. அம்பேத்காருக்கு எதிராக எம்.சி. ராஜா இவர்களைத் தன்னுடன் சேர்த்துக்கொண்டார்.

எம்.சி. ராஜா மற்றுமொரு வேலையும் செய்தார். தாழ்த்தப் பட்டோர் தலைவர்களில் ஒருவரான பி. பாலு என்பவர் பம்பாயைச் சேர்ந்தவர். அம்பேத்காருக்கு எதிராக இவரையும் தம் அணியில் சேர்த்துக் கொண்டார். 10.07.1932 அன்று பம்பாயில் நடந்த தாழ்த்தப்பட்டோர் மாநாடு (எம்.சி. ராஜாவின் ஆதரவாளர்கள் நடத்தியது) கலவரத்தில் முடிந்தது.

இந்த இரண்டு நிகழ்ச்சிகளும் தனித்தொகுதி கோரிக்கையை ஏற்று அறிவிப்பு வெளியிடுவதற்குச் சில மாதங்களுக்கு முன் நடந்தவை என்பதை நினைவில் கொள்ள வேண்டும். அதாவது 1931இல் செப்டம்பரில் நடைபெற்ற இரண்டாம் வட்டமேசை மாநாட்டில் அம்பேத்காரும் இரட்டைமலை சீனிவாசனும் தாழ்த்தப்பட்டோர் தனித் தொகுதிக்காகப் போராடுகின்றனர். அந்தக் கோரிக்கையை எம்.சி. ராஜாவும் 1931 நவம்பர்வரை ஆதரித்து இருக்கிறார். பின்னர் அம்பேத்காரின் தலைமையை ஏற்க மறுத்திருக்கிறார். 17.08.1932 ஆம் நாள் தனித்தொகுதி கோரிக்கையை பிரிட்டன் அரசாங்கம் ஏற்றுக்கொள்கிறது. அதற்கு முன்னதாகவே தனித் தொகுதி கோரிக்கையை வேண்டாம் என்று டாக்டர் மூஞ்சேயுடன் 29.03.1932இல் ஒப்பந்தம் செய்து கொள்கிறார். 10.07.1932இல் பம்பாயில் நடைபெற்ற மாநாட்டில் அவருடைய ஆதரவாளர்கள் அம்பேத்காரின் ஆதரவாளர்களுடன் மோதுகிறார்கள். ஆக மொத்தத்தில் காந்தியடிகள் உண்ணாவிரதம் தொடங்கும் முன்னரே தாழ்த்தப்பட்ட தலைவர்களில் ஒரு பாதியினரை அம்பேத்காருக்கும் தனித்தொகுதி கோரிக்கைக்கும் எதிராகத் தங்கள் பக்கம் இழுப்பதில் காந்தியடிகளும் காங்கிரஸ் இயக்கத் தலைவர்களும் வெற்றி கண்டிருக்கிறார்கள்.

எம்.சி. ராஜாவின் ஆதரவாளர்களில் குறிப்பிட்டுச் சொல்லத் தக்கவர் ராஜபோஜ், புனா நகரத்துக்காரரான இவர் அந்நகரில் பார்வதி கோயிலில் தாழ்த்தப்பட்டோர் நுழைவுக்காகப் போராட்டம் நடத்தித் தோல்வி கண்டவர். உண்ணாவிரதத்திற்கு முன்னரே அம்பேத்கார் அணியினரையும், எம்.சி. ராஜா அணி யினரையும் சந்தித்துப் பேச விரும்பிய காந்தியடிகள் தன்னுடைய விருப்பத்தை ராஜபோஜிடம்தான் தெரிவித்து உள்ளார்.

ஒப்பந்தம் ஏற்படுவதற்கு முதல் நாள் எம்.சி. ராஜா தன்னுடைய பம்பாய் ஆதரவாளர் பி. பாலுவுடன் சிறைக்குச் சென்று காந்தியடிகளைச் சந்திக்கிறார். ஒப்பந்தம் ஏற்பட எல்லாவித முயற்சிகளும் செய்வதாக இருவரும் காந்தியடிகளிடம் உறுதி அளிக்கின்றனர். 'எந்த அரசியல் சட்டத்தையும் விட தாழ்த்தப்பட்ட மக்களுக்கு உங்கள் வாழ்க்கைதான் உத்தரவாதம்' என்று பாலு காந்தியடிகளிடம் கூறுகிறார். அந்த நேரத்தில் காந்தியடிகளுடன் இருந்த பியாரிலால் தன்னுடைய நூலில் இந்த வாசகத்தைக் குறிப்பிட்டுள்ளார்.

ஒப்பந்தம் உருவாகி 5 ஆண்டுகள் கழித்து 1937 தேர்தலில் காங்கிரசோடு கைகோர்த்து நின்றார் எம்.சி. ராஜா. தேர்தலுக்குப் பின் சென்னை மாகாணத்தில் இராஜாஜி தலைமையில் அமைந்த அமைச்சரவையிலும் இடம் பெற்றார். பின்னர் 1942இல் காங்கிரசில் இருந்து விலகினார். பின்னர் அவரும் அவரது புனா நகரத்து நண்பர் ராஜபோஜும் அம்பேத்காருடன் இணைந்தனர். 30.03.1942இல் அம்பேத்கார் ஸ்டாப்போர்டு கிரிப்ஸ் (Sir Stafford Cripps) குழுவினரைச் சந்தித்தபோது எம்.சி. ராஜாவும் அவருடன் சென்றார். வரும் தலைமுறையினருக்குப் பாடமாகும் வரலாற்று நிகழ்ச்சி இது.

இனி, ஒப்பந்தக் காலத்திலும் அதன் பின்னரும் புனா ஒப்பந்தம் தமிழ்நாட்டில் உருவாக்கிய விளைவுகளையும், எதிர் விளைவுகளையும் தொகுத்துக் காண்பது நல்லது.

அம்பேத்காருடன் வட்டமேசை மாநாட்டுக்கு பிரதிநிதியாக அழைக்கப்பட்ட இரட்டைமலை சீனிவாசன் மதுராந்தகம் அருகிலுள்ள கோழியாலம் என்ற ஊர்க்காரர். 1891லேயே பறையர் மகாஜனசபை என்ற அமைப்பை நிறுவியவர். 1893இல் பறையன் என்ற பெயரோடு மாத இதழ் ஒன்றைத் துவக்கியவர். தென்னாப்பிரிக்காவில் சிறிது காலம் காந்தியடிகளுடன் இருந்து தமிழ்நாட்டுக்குத் திரும்பியவர். கடைசிவரை காங்கிரஸ் எதிர்ப்பாளராக இருந்தவர். 1924இல் ஆகஸ்டு 25இல் சென்னை சட்டசபையில், எந்தப் பொதுச் சாலையிலும், எந்தப் பொது இடத்திலும் தாழ்த்தப்பட்டோர் சென்று வரலாம் எனத் தீர்மானம் கொண்டு வந்து சட்டமாக்கியவர். 1937இல் இறந்த தன் மனைவியின் கல்லறையில் கூட இந்தச் செய்தியைக் கல்லில் எழுதி வைத்தவர். இந்தியாவின் தாழ்த்தப்பட்டோர் தலைவர்களில் மற்றவர்கள் (மேயர்) என். சிவராஜ், தர்மலிங்கம் பிள்ளை,

ஜே. சிவசண்முகம் பிள்ளை, எல்.பி.ஐ. பாலகுரு சிவம், மீனாம்பாள் சிவராஜ் (மேயர்) முனுசாமிப்பிள்ளை ஆகியோர் ஆவர்.

இவர்களில் சிவராஜ் வழக்கறிஞர். 1926-36 சென்னை சட்டமன்ற உறுப்பினர், 1928இல் சீனிவாசன் துவக்கிய அமைப்பின் செயலாளர். 1929 ஆதிதிராவிட மகாஜன சபை மாநாட்டுத் தலைமை தாங்கியவர். பின்னாளில் மேயர். சைமன் குழுவைச் சந்தித்தவர். 'புனா ஒப்பந்தத்தில் நானும் கையொப்பமிட்டவனாக இருக்கின்ற போதிலும், அதனால் முழுமையாக ஏமாற்றப்பட்டிருக்கின்றேன்' (இந்தியா ஆண்டு அறிக்கை 1932இல் கல்கத்தா பாகம் 1 ப.19) 'உண்மை' மார்ச் 1-15 (92)ப.16)என்றவர். புனா ஒப்பந்தத்தில் இவர் கையெழுத்திட்ட செய்தி காங்கிரஸ் சார்பாக குறிப்புகளில் இல்லை. 1952இல் ஸ்ரீபெரும்புதூரில் நாடாளுமன்றத் தொகுதியில் தோற்று 1957இல் வென்றார். 1964 செப்டம்பர் 29இல் காலமானார். இவரது மனைவி மீனாம்பாள் சிவராஜ் 1957இல் காங்கிரஸ் சீட்டில் சட்டமன்றம் சென்றார். ஜே. சிவசண்முகம் பிள்ளை பின்னாளில் சென்னை மேயர். 1952இல் சட்டப் பேரவைத் தலைவரானார்.

மொத்தத்தில் தாழ்த்தப்பட்டோர் சார்பில் ஒப்பந்தத்தில் கையெழுத்திட்டவர்களில் அம்பேத்கார், கவாய் (கர்நாடகம்) தேவதர் டி.ஜாதவ் (குஜராத்). ராம் சேனாதிபதி (அஸ்ஸாம்). இவர்களைத் தவிர எம்.சி. ராஜா, பி. பாலு, இரட்டைமலை சீனிவாசன், சிவராஜ் ஆகியோர் தமிழ்நாட்டுக்காரர்களாகவே இருந்துள்ளனர்.

புனா ஒப்பந்தத்தைக் கண்டித்து அக்டோபர் மூன்றாம் வாரத்தில் சென்னையில் மாநாடு கூட்டி தாழ்த்தப்பட்டோர் தலைவர்களான சிவசண்முகம் பிள்ளை, பாலகுருசிவம் இருவரும் தீர்மானம் நிறைவேற்றினர். இந்த மாநாட்டில் தாழ்த்தப்பட்டோர் சேனை(1928) அமைத்த பறைநாயுடு என்ற மேயர் சுந்தர்ராவ் நாயுடுவும், ஜஸ்டிஸ் இயக்கத்தின் சார்பில் குத்தூசி குருசாமியும் கலந்து கொண்டனர். இந்த மாநாடு அம்பேத்காருக்குப் போட்டியாக எம்.சி. ராஜா அமைத்த அரிஜன் சங்கத்தைக் கண்டித்தும் இருக்கிறது.

1937 தேர்தலுக்குப் பிறகு எம்.சி. ராஜா குழுவினர் காங்கிரசில் ஐக்கியமாயினர். எம்.சி. ராஜா, இராஜாஜியின் ஆட்சியில் அமைச்சராகவும் ஆனார். பின்னர் காங்கிரசிலிருந்து விலகினார். ராஜா 1943லும் சீனிவாசன் 1945லும் காலமானார்கள். சிவசண்முகம் பிள்ளையும் காங்கிரசில் சேர்ந்தார். மேயர் முனுசாமிப்

பிள்ளையும் காங்கிரசில் சேர்ந்தார். சிவராஜ் மனைவி மீனாம்பாளும் சேர்ந்தார். 1950 அரசியல் சட்டத்தில் தாழ்த்தப்பட்டோருக்காக 18 விழுக்காடு இடத்தை அம்பேத்கார் உறுதி செய்தார். இரட்டை உறுப்பினர் தொகுதிகள் அமைக்கப்பட்டன. காந்தியடிகள் உயிரோடு இருந்தால் இதை எதிர்த்திருப்பார். 1956இல் அம்பேத்காரும் காலமானார். சிவராஜ் குடியரசு கட்சி அமைத்தார். அதைக் கவாய் பின்னர் இரண்டாக்கினார்.

1957இல் தேர்தலில் ஆந்திராவில் இரட்டை உறுப்பினர் தொகுதியான பார்வதிபுரம் பொதுத் தொகுதியில் தோற்றுப்போன வி.வி. கிரி (பின்னாளில் குடியரசுத் தலைவர்) தாழ்த்தப்பட்டோர் தனித்தொகுதியை எதிர்த்து வழக்குத் தொடர்ந்தார். 1962 தேர்தலுக்கு முன்னர் 1961இல் அரசாங்கம் இரட்டை உறுப்பினர் தொகுதியைக் கைவிட்டபோது எதிர்ப்பே இல்லாமல் போய்விட்டது. ஏனென்றால் தாழ்த்தப்பட்டோருக்கு வலிமையான ஒரு இயக்கமோ, தலைவரோ அப்போது இல்லை. புனா ஒப்பந்தத்தின் பின்விளைவால் காங்கிரஸ் இயக்கம் தாழ்த்தப்பட்டோரைத் தன்னுள் வைத்திருக்க எல்லா முயற்சிகளையும் செய்தது. ஒப்பந்தம் முடிந்த 5 மாத காலத்தில் காந்தியடிகள் 'ஹரிஜன்' என்ற இதழைத் தொடங்கிவிட்டார்.

தமிழ்நாட்டில் நீதிக்கட்சியோடு (ஜஸ்டிஸ் இயக்கத்தோடு) தொடர்பு கொண்டிருந்த தாழ்த்தப்பட்டோர் இயக்கத்தைப் புனா ஒப்பந்தம் இரண்டாகப் பிளந்தது. அனைந்திந்திய அரங்கில் எம்.சி. ராஜா மூலமாக அம்பேத்காருக்குப் போட்டியாக ஒரு தலைமையினையும், சங்கத்தையும் காங்கிரஸ் உருவாக்கியது. புனா ஒப்பந்தம் மூலமாக இனவாரித் தீர்ப்பை எதிர்த்து வெற்றி பெற்றது. இறுதியில் தனித்த கொள்கையோடு தாழ்த்தப்பட்டோர் இயக்கம் ஒன்று வளர விடாமல் அவர்களைத் தன்னுள் ஐக்கியமாக்கிக் கொண்டது. எனவே இந்த ஒப்பந்தத்தால் பெரிதும் பாதிக்கப்பட்டது தமிழ்நாட்டில் எழுந்த தாழ்த்தப்பட்டோர் எழுச்சியே ஆகும். நூற்றாண்டின் கடைசிப் பகுதியில் இந்தியாவின் தேசிய இயக்கம் ஒரு வடிவத்தைப் பெறத் தொடங்கியது. அதே காலகட்டத்தில் தமிழ்நாட்டில் தாழ்த்தப்பட்டோர் இயக்கமும் எழுந்தது. அந்த இயக்கம் காங்கிரஸ் இயக்கத்திற்கு மாற்றாக எழுந்தது. இரட்டைமலை சீனிவாசனின் சகோதரி கணவரான க. அயோத்திதாசப் பண்டிதர் 'திராவிட பாண்டியன்' என்ற இதழை 1885லேயே தொடங்கினார். பின்னர் அந்த இதழே 'திராவிடன்' என்ற பெயரோடு வெளிவந்தது. ஆதி திராவிட மகாஜன சபை என்கிற அமைப்பையும் இவர் தொடங்கினார். 'திராவிடம்' என்கிற சொல்லை ஒரு அரசியல் கருத்தோட்டமாக

முதலில் முன் வைத்தவர் இவரே ஆவார். இவரது மைத்துனர் இரட்டைமலை சீனிவாசன் 1892இல் 'பறையர் மகாசபை' என்ற அமைப்பினையும் 'பறையன்' என்ற இதழையும் தொடங்கியதை முன்னரே கண்டோம். தாழ்த்தப்பட்டோர் மட்டும் வாக்களித்துத் தங்கள் பிரதிநிதிகளைத் தேர்ந்தெடுக்க வேண்டும் என்ற கருத்து முதன்முதலில் திராவிடன் என்ற இதழிலேயே 1921இல் வெளிவந்தது. அப்போது அவ்விதழின் ஆசிரியராக ஜே.எஸ். கண்ணப்பர் என்பவர் இருந்தார். இந்தக் கருத்தையே 11 ஆண்டுகள் கழித்து வட்டமேசை மாநாட்டில் அம்பேத்கார் முன்வைத்தார்.

அயோத்திதாசப் பண்டிதரும் இரட்டைமலை சீனிவாசனும் வயதால் மட்டுமல்ல சமூகப் பணியாலும் அம்பேத்காரை விட மிக மூத்தவர்கள். இவர்களைத் தவிர எம்.சி. ராஜா, என். சிவராஜ் (மேயர்) சிவசண்முகம் பிள்ளை (மேயர்), முனுசாமிப் பிள்ளை, எல்.பி.ஐ. பாலகுருசிவம் போன்ற நாடறிந்த தாழ்த்தப்பட்டோர் தலைவர்களும் தமிழ்நாட்டுக்காரர்கள். 'புனா ஒப்பந்தம் நடைபெறும்வரை இவர்கள் எல்லோரும் நீதிக் கட்சியோடு தொடர் புடையவர்களாகவும் சார்புடையவர்களாகவும் இருந்தனர்.

இந்தியாவின் வேறெந்த மாநிலத்திலும் தாழ்த்தப்பட்ட மக்களின் எழுச்சிக்கு, நீதிக்கட்சி போன்ற ஒரு இயக்கம் பின் இருந்து துணை செய்தது இல்லை. புனா ஒப்பந்தத்திற்குப் பிறகு இவர்களில் பெரும்பாலோர் காங்கிரஸ் இயக்கச் சார்பாளராக மாறிக் கரைந்து போனார்கள். அதன் பின்னர் 50 ஆண்டு களுக்குத் தமிழ்நாட்டுத் தாழ்த்தப்பட்டோர் தங்களுக்கான ஒரு இயக்கம் இல்லாமல், தன்னுணர்ச்சியும் இல்லாமல் போயினர். 1947இல் நாடு விடுதலை பெற்றவுடன் அம்பேத்காருக்குப் பதிலாக தாழ்த்தப்பட்டோர் தலைவர்களில் மற்றொருவரை மந்திரியாக்க நினைத்தனர். அப்போதும் தமிழ்நாட்டைச் சேர்ந்த மேயர் முனுசாமிப் பிள்ளையையே அம்பேத்காருக்குப் போட்டியாக உருவாக்க எண்ணினர். அந்த முயற்சி வெற்றி பெறவில்லை.

புனா ஒப்பந்தம் ஏற்பட்ட காலத்தில் அன்றைய தலைவர்கள் மத்தியில் நிலவியிருந்த மனநிலையும் அவர்களுடைய எதிர்பார்ப்புகளும் அவர்கள் போட்ட கணக்குகளும் தவறாகப் போயிருப்பதைக் காலம் காட்டுகிறது. இதிலிருந்தே வரலாற்று மாணவர் கள் பாடம் கற்றுக்கொள்ள வேண்டும். காந்தியடிகளின் உண்ணாவிரதம் அவர் தலைமையேற்ற காங்கிரஸ் இயக்கத்தால் முடிவு செய்யப்பட்டதல்ல. தன்னுடைய உள்ளொளி (Some secret strength and mystic ecstacy of the soul) தனக்கு அவ்வாறு ஆணையிட்ட தாகக் காந்தியடிகள் கூறினார்.

காங்கிரஸ் இயக்கம் அன்றைக்கு அதை அப்படியே ஏற்றுக் கொண்டது. அக்காலத்தில் இந்த 'உள்ளொளியை' விமர்சித்தவர், பின்னாளில் இந்தியாவின் தலைவிதியை எழுதிய ஜவஹர்லால் நேரு ஒருவர் மட்டுமே – அவர் அப்பொழுது 'நைனிடால்' சிறையிலிருந்தார். அவர் தன்னுடைய சுயசரிதையில் பின்வருமாறு எழுதுகிறார். 'அரசியல் பிரச்சனையொன்றிற்கு மதம் தொடர்பான உணர்வுபூர்வமான அவரது (காந்தியடிகளது) அணுகுமுறை எனக்குக் கோபத்தை உண்டாக்கிற்று. அது தொடர்பாகக் கடவுளை அடிக்கடி குறிப்பிடுவதும் எனக்குப் பிடிக்கவில்லை. உண்ணாவிரதம் இருப்பதற்கான நாளையும் கடவுளே குறிப்பிட்டார் என்கிறது போல அவர் கூறியிருந்தார். இப்படித்தான் பிறருக்கு முன்னுதாரணமாய் இருப்பதா?'

பிரிட்டிஷ் அரசாங்கம் கொடுத்த இரட்டை வாக்குரிமையை அம்பேத்காரும் இரட்டைமலை சீனிவாசனும் போராடிப் பெற்ற உரிமையை, இந்து சமூகத்தின் நன்மைக்காக அவர்கள் விட்டுக் கொடுக்க வேண்டும் என்பதே காந்தியடிகளின் நோக்கமாகும். அம்பேத்காருக்கோ நாட்டு மக்கள் தொகையில் ஐந்தில் ஒரு பகுதியினரின் வாழ்வுரிமைப் போராட்டம் இது. காந்தியடிகளுக்கோ இது இந்து மதம் சார்ந்த பிரச்சினையாகவே பட்டது. மதம் சார்ந்த அணுகுமுறை ஜவஹர்லால் நேரு போன்ற சிந்தனையாளர்களுக்குக் கோபத்தை உண்டாக்கியிருக்கிறது.

'எரவாடா சிறைச்சாலையிருக்கும் போது தாழ்த்தப்பட்டோருக்கு தனித்தொகுதி ஏற்பட்டதால் தன்னுயிரை மாய்த்துக் கொள்ளுவதாக உண்ணாவிரதம் ஆரம்பித்தார். சிறைச்சாலையில் மூன்று தரம் கண்டேன். வாதாடி வெற்றி பெறுவதை இவர் தவிர்த்து உண்ணாவிரதம் இருப்பது, வீரத் தன்மையை இழந்து இரக்கத்தைத் தேட வேண்டியவரானார் என்பதைக் கண்டு என் மனமிரங்கி புனா ஒப்பந்தத்தில் கையொப்பமிட்டேன். இருபது வருடங்களாக அவர் கிளர்ச்சி செய்து வந்ததும் ஜாதி இந்துக்களின் கல்மனதினின்று நாருரிக்க அவரால் முடியவில்லை. தாழ்த்தப்பட்டவரை ஹரிஜனம் என்று இவர் பெயர்சூட்டி அழைத்து வருகிறார். 'ஹரிஜனம்' என்னுமோர் பத்திரிகையும் பிரசுரம் செய்து வருகிறார். அவர் மனம் போனபடி ஏதேதோ எழுதி வருகிறார். அவற்றில் பெரும்பாலும் தாழ்த்தப்பட்டோர் அபிப்பிராயம் அல்லவென்று சொல்லலாம். அது தன்னய தேட்டம். அவர் அசரீரி வாக்கைக் கேட்டறியும் அருள் பெற்ற ஒரு நல்ல ஆத்மா!' என்று 1939இல் இரட்டைமலை சீனிவாசன் சினந்தும் கேலியாகவும் எழுதியிருப்பதும் வரலாற்று மாணவர்கள் அறிய வேண்டிய செய்தியாகும்.

தனித்தொகுதி பற்றிய பொது வாக்கெடுப்பைப் பதினைந்து ஆண்டுகள் கழித்து, வைத்துக் கொள்ளலாமென்பது அம்பேத்காரின் கருத்தாகும். ஐந்தாண்டுகளுக்குள் தீண்டாமைக் கொடுமையும், பிற ஒடுக்குமுறைகளும் நாட்டில் முற்றிலுமாக அகன்று விடும் என்பது காந்தியடிகள் நம்பிக்கையாகும். இருவரின் நம்பிக்கைகளும் பலிக்கவில்லை. 1950இல் விடுதலை பெற்ற இந்தியாவில் அரசியல் சட்டம் அமுலுக்கு வந்தபோது 30 ஆண்டுக் கால எல்லையோடு தனித்தொகுதிகள் உருவாக்கப்பட்டன. 1957க்குப் பிறகு அம்பேத்கார் உருவாக்கிய இரட்டை வாக்குரிமை முறையும் வி.வி. கிரி தொடுத்த வழக்கால் இல்லாமல் போயிற்று. இவையாவும் வரலாற்று மாணவர்களுக்கு மற்றுமொரு பாடமாகும். இன்றுள்ள தேர்தல் முறையில் தாழ்த்தப்பட்டோர் தனித்தொகுதி என்பது கட்சி அரசியலால் தன்னுடைய உண்மையான பொருளை இழந்து போய்விட்டது. இந்த நடைமுறை உண்மையும் வரலாற்று மாணவர்கள் மனத்தில் இருத்திக்கொள்ள வேண்டியதாகும். புனா ஒப்பந்தம். ‘பொய்யாய் பழங்கதையாய்க் கனவாய் மெல்லப் போனதுவே’ என்பது போலக் கரைந்து போயிற்று.

இந்த வரலாற்று நிகழ்வுகளின் பின்விளைவே மிகக் கடுமையான சொற்களுடன் கூடிய சுவரொட்டிகளாக வெளிப்பட்டிருக்கிறது. புனா ஒப்பந்தம் முடிந்து பல ஆண்டுகள் ஓடிப் போய்விட்டன. ஒப்பந்தத்தை உருவாக்கியவர்கள், துணை நின்றவர்கள், கையெழுத்திட்டவர்கள் யாரும் இன்று உயிரோடில்லை. ஆயினும் வரலாற்று நிகழ்வுகள் நின்றுவிடவில்லை. ஏனென்றால் இந்தியச் சமூகம் தொடர்ந்து மாற்றங்களுக்கு ஆளாகிக்கொண்டே இருக்கிறது. தாழ்த்தப்பட்டோரின் விடுதலைக்கான போராட்டம் மீண்டும் கூர்மையடைந்திருக்கிறது. தாழ்த்தப்பட்டோர், ஒடுக்கப்பட்டோர், அரிஜன், செடியூல்டு என்று பிறராலும் சட்டத்தாலும் இடப்பட்ட பெயர்கள் வலுவிழந்து போய்க்கொண்டிருக்கின்றன. ‘தலித்’ (மண் சார்ந்தவர். மண்ணோடு சார்ந்தவர். மண்ணின் மக்கள்) என்று ஒடுக்கப்பட்டோர் தங்கள் பெயரைத் தாங்களே இட்டுக்கொண்டுள்ளனர். இந்திய மக்களின் வரலாறு ஒரு திருப்புமுனையை நெருங்குகிறது.

❖